ദ സൺ ഷൈൻ ഇയേഴ്സ്

ദ സൺ ഷൈൻ ഇയേഴ്സ്

Nadakkavu, Kozhikode, Kerala, 673011
www.insightpublica.com
e-mail: insightpublica@gmail.com

THE SUN SHINE YEARS

Author
VINEETHA EDACHANA

(Malayalam)
First Edition: November 2024
Copyright © Reserved
All rights reserved.
Printed and Published by
InsightinPublica Printers & Publishers Pvt. Ltd.
ISBN: 978-93-5517-512-0

ദ സൺ ഷൈൻ ഇയേഴ്സ്

വിനീത ഇടച്ചന

മൺകളർ പൂശിയ മനോഹരചിത്രം

ദേവേശൻ പേരൂർ

പ്രസിദ്ധ ഐറിഷ് എഴുത്തുകാരനായ ഡിലൻതോമസ് തന്റെ ഫേൺഹില്ലിൽ എന്ന കവിതയിൽ ഇങ്ങനെ പറയുന്നുണ്ട്

"ഞാൻ ഇപ്പോൾ നന്നേ ചെറുപ്പവും ആപ്പിളിന്റെ കൊമ്പുകൾക്ക കീഴെ അനായാസമായി തൂങ്ങിയാടുന്ന ഒരു കുട്ടിയാകുന്നു.

ഊഞ്ഞാലാട്ടുന്ന വീടിനെക്കുറിച്ച്, പച്ചയായ പുല്ലുകളെക്കുറിച്ച് ഓർക്കുമ്പോൾ എനിക്ക് എന്തെന്നില്ലാത്ത ആനന്ദമാണെന്നോ? താരാകീർണമായ ഈ രാത്രിയിൽ ആ സ്മരണയുടെ ആലിപ്പഴങ്ങൾ എന്നിൽ വീഴട്ടെ"

സ്മരണകൾ ഇങ്ങനെയാണ്‌, അതെപ്പോഴും ആനന്ദത്തിന്റെ ഒരു തൊട്ടിലിൽ നമ്മളെ കിടത്തുന്നു. കഠിനതരമായ അനുഭവങ്ങളെ പോലും ആഹ്ലാദാനുഭൂതിയാക്കി മാറ്റുന്നു. ഉപേക്ഷിച്ച ബാല്യകാലനിമിഷങ്ങളെ ല്ലാം സ്മരണയുടെ നിറകൂടങ്ങളുമായി നമ്മെ തേടി തുളുമ്പിത്തുളുമ്പിയെ ത്തുന്നു. ആ നിമിഷം അത് നുകരാൻ നാം അത്രമേൽ കൊതിക്കുന്നു. അന്നത്തെ വിഷചഷകം ഇപ്പോൾ മധുചഷകമായി ആർത്തിയോടെ നാം മോന്തുകയും ചെയ്യുന്നു.

എന്നും ഒരു കുട്ടി നമ്മളിൽ നിന്നും പുറപ്പെട്ട് ഓടുന്നുണ്ടെന്ന് വാൾട്ടർ വിറ്റ്മാൻ പറയുന്നുണ്ട്. അവൻ/അവൾ കാണുന്ന കാഴ്ചകൾ നമ്മുടേതല്ല. വ്യവസ്ഥാപിതത്വത്തിന്റെ തണുത്ത തറയിലല്ല അപ്പോൾ അയാളുടെ നിൽപ്പ്. ജൈവജീവിതത്തിന്റെ രോമഹർഷങ്ങളാണ് അയാൾ അനു ഭവിക്കുന്നത്.

സ്മരണകളുടെ ഒരു പ്രത്യേക അത് ജീവിതം കൂടുതൽ നിഷ്കളങ്കമോ സമാധാനപരമോ ആയി തോന്നിയ സമയങ്ങളെയും കാലത്തെയും നമ്മെ ഓർമ്മപ്പെടുത്തിക്കൊണ്ടിരിക്കുന്ന എന്നതാണ്. അത് ചിലപ്പോൾ ജീവിതത്തെ കൂടുതൽ സ്നേഹിക്കാനും ഇഷ്ടപ്പെടാനും

നമ്മെ പ്രാപ്തമാക്കുന്നു. നമ്മുടെ ജീവിതത്തിന്റെ വിവിധ വഴിത്താര കളിൽ വേരുന്നിയ കാലമാകുമത്. തൊടിയിൽ കളിച്ച തിമിർത്ത കുട്ടിക്കാലം, സൗഹൃദങ്ങളിൽ പൂത്തുനിന്ന വസന്തകാലം, കുടുംബ ബന്ധ ങ്ങൾക്ക് ഉയിരു നൽകിയ ഊഞ്ഞാൽ നേരം, അതൊന്നുമല്ലെങ്കിൽ ആദ്യപ്രണയം മൊട്ടിട്ടതും തപ്പുരാശിയിലതു കരിഞ്ഞു വീണതുമായ നിമിഷ സന്ദർഭങ്ങൾ. ഇങ്ങനെ കുട്ടിക്കാലം നാം എത്രതന്നെ കടന്ന പോയാലും സുന്ദരധ്വനികളായി നമ്മെ വീണ്ടും വിളിച്ചുണർത്തുന്നു. ശബളമായ ഒരു കമ്പളമായ് വന്ന് അത് നമ്മെ മൂടുന്നു. കാലത്തിന്റെ ക്ഷണികതയും ജീവിതത്തിന്റെ അനിവാര്യമായ പരിണാമങ്ങളും അത് എപ്പോഴും ഉയർത്തിക്കാട്ടുന്നു. ആത്യന്തികമായി മധുരസ്മരണകളായിരു ന്ന കുട്ടിക്കാലം നമ്മളിൽ അങ്ങനെ നങ്കൂരമിട്ട നിൽക്കുന്നു.

ഇവിടെ വിനീത ഇടച്ചന തന്റെ ബാല്യകാല സ്മരണകളിലെ പലവിധനേരങ്ങളെ അടുക്കടുക്കായി വെയ്ക്കുകയാണ്. ഒരു കവിത കുടി ക്കുംപോലെ വായനക്കാർക്കും അത് പാനംചെയ്യാൻ കഴിയുന്നുണ്ട്. അത്രയേറെ ഹൃദ്യമായ, സരളമായ ഒരു ഭാഷ കൊണ്ടാണ് വിരളമായ ആ അനുഭവങ്ങളെ അവർ ആവിഷ്ക്കരിച്ചിരിക്കുന്നത്.

അതിൽ വിശപ്പിന്റെ വിളികൾ നാം കേൾക്കുന്നു. തളർന്നിട്ടും വീഴാത്ത വിജയഭേരിയെ നാം തൊട്ടറിയുന്നു, സ്നേഹം കൊണ്ട നിറയുന്ന പരിഭവങ്ങളെ നാം സ്പർശിക്കുന്നു. അബദ്ധങ്ങളിൽ ചെന്നു ചാടിയ നർമ്മ ഫലങ്ങളെ രുചിക്കുന്നു. പിശുക്കിനെ, ഭക്ഷണക്കൊതിയെ, സ്നേഹമയമായ വഞ്ചനയെ ഒക്കെ അതിന്റെ അഗാധതയിൽ അനുഭ വിക്കാൻ നമുക്ക കഴിയുന്നു.

ബാല്യം നമ്മെ മനോഹരമായ ഒരനുഭവമാക്കി അയവിറക്കാൻ പ്രേരിപ്പിക്കുന്നത് അതിലെ ദാരിദ്ര്യം കൊണ്ടാണെന്ന് തോന്നിയിട്ടുണ്ട്. സമൃദ്ധിയിലൊന്നും നമ്മെ സന്തോഷിപ്പിക്കുന്നില്ല. "ഇല്ല ദാരിദ്ര്യാർത്ഥി യോളം വല്ലതായിട്ടൊരാർത്ഥിയും എന്ന് വിനീതയുടെ പല ഓർമ്മക്കഥ കളും ഓർമ്മിപ്പിക്കുന്നുണ്ട്. എത്രയോ കുഞ്ഞനുഭവങ്ങളാവാമത്. പക്ഷേ അത് അത്രുമേൽ നമ്മുടെ ഹൃദയത്തെ തൊട്ടുതൊട്ടാണ് കടന്നുപോകു ന്നത്.

വരമ്പൊഴിവാക്കി വയൽ കൊത്തിവെയ്ക്കുന്ന വയൽപ്പണി ചിത്രം ഈ ഓർമ്മകഥയിൽ കാണുന്നുണ്ട്. അത് ദാരിദ്ര്യത്തിന്റെ വയലടയാ ളമാണ്. മമ്മുണ്ണിയാക്കേന്റെ വീടിനടുത്തുള്ള ഇടവഴിയിലൂടെ വയലിലെ ത്തി വയലെരികിലെ ശിവായിയേച്ചിയോട് രണ്ട കിന്നാരവും പറഞ്ഞ് വയൽ വരമ്പിലൂടെ അതിസാഹസമായി നടന്ന് പലവിധ കാര്യങ്ങളും

കടന്ന് വീട്ടിലെത്തുന്നതിന മുമ്പുള്ള അമ്മേ .....ന്നുള്ള വിളിയുണ്ട്, നാനാര്‍ ത്ഥങ്ങളുടെ ഉൾവിളിയായയത് വായനക്കാരിലും പ്രതിധ്വനിക്കുന്നു..

കുട്ടിക്കാലം ഭക്ഷണക്കൊതിയുടെ കുടിക്കാലമാണല്ലോ. തനിക്ക കിട്ടിയത് എത്രയുണ്ടെന്ന് ഏതു പന്തിയിലും നോക്കി കൊണ്ടിരിക്കും കുട്ടികൾ. കുടിയാൽ സന്തോഷം അല്ലേൽ സങ്കടം. ബാല്യത്തിന്റെ സന്താപങ്ങൾ അധികവും ഭക്ഷണ സങ്കടങ്ങളാണ്. ആ "പൊറാട്ടയല്ല ഈ പൊറാട്ട" യിൽ ആഹാരം സൃഷ്ടിക്കുന്ന പരവേശവും ആവേശവും പരിഹാസവും വേദനയും സന്തോഷവും നിറയുന്നുണ്ട്.

പഠിക്കാനത്ര മിടുക്കിയല്ലെങ്കിലും കുരുത്തക്കേടിന് ഒട്ടും മോശമല്ലാ ത്ത കുട്ടിക്കണ്ണടയിട്ട് മേലോട്ട് നോക്കി നടന്ന് ഉരുണ്ടുവീണ്, കുറ്റം മറ്റുള്ള വരുടെ മേൽ എപ്പോഴും ചാരുന്ന പൊക്കം കുറഞ്ഞ തടിച്ചുരുണ്ട ഒരു കുട്ടി ആയിരത്തഞ്ഞൂറ് മീറ്റർ പെൺകുട്ടികളുടെ ഓട്ടമത്സരത്തിൽ ഒന്നാം സ്ഥാനത്ത് എത്തിയതിന്റെ കഥ അതുല്യമായ ഒരു കഥനമാണ്. ഏറെ കൗതുകം ജനിപ്പിക്കുന്നതാണ് കഥ പറച്ചിലിന്റെ ഓരോ നിമിഷവും.

ഏട്ടത്തിയമ്മയുടെ ശകാരവും പരിഹാസവുമേറ്റ് പാട്ട് നിർത്തിപ്പോ വേണ്ടി വന്നതിന്റെ മോഹഭംഗങ്ങൾ പങ്കിടുന്നതാണ് ഏട്ടത്തിയമ്മ എന്ന ഓർമ്മ. വിനീതയുടെ മോഹഭംഗത്തിലും തുള്ളിത്തുളുമ്പി നിൽ ക്കുന്നുണ്ട് അവൾക്ക് ഏട്ടത്തിയമ്മയോടും ഏട്ടത്തിയയമ്മയ്ക്ക് അവളോ ടുമുള്ള മസൃണമയമായ സ്നേഹ പാരവശ്യം. ഒരു ദിവസം ഒരു സ്റ്റെലൻ മാഷ് പാന്റിന്റെ സിബ്ബ് ഇടാതെ വന്നത് കണ്ട് ചിരിച്ചതിന് കിട്ടിയ ശിക്ഷ വളരെ നർമ്മരസത്തോടെ വിനീത അവതരിപ്പിക്കുന്നുണ്ട്. കുട്ടിക ളുടെ ചിരി പലപ്പോഴും അദ്ധ്യാപകരുടെ ശിക്ഷ ഏറ്റവാങ്ങിക്കുന്നതാണ്. പലപ്പോഴും കുട്ടികൾക്ക് പുറത്ത് ധൈര്യസമേതം പറയാൻ കഴിയാത്ത കാര്യങ്ങളായിരിക്കും അവയെല്ലാം.

സ്നേഹത്തോടൊപ്പം ഒരു വഞ്ചനയുടെ കഥ കൂടിയാണ് പരിപ്പവട, പൊരിഞ്ഞ തല്ല് എന്നീ ഓർമ്മക്കഥകൾ. സ്നേഹം എന്നതിന് ചതി എന്ന കൂടി അർത്ഥമുണ്ടെന്ന് അധികം പേർക്കും അറിയില്ല. പക്ഷേ കുട്ടികൾക്കത് നന്നായി അറിയാം. കാരണം അവർക്ക് സ്നേഹം മാത്രമേയുള്ളൂ. ചതിയും വഞ്ചനയും അസൂയയും എല്ലാം അവർക്ക് സ്നേ ഹത്തിന്റെ പര്യായപദങ്ങൾ തന്നെ. വേദനയുടെ മധുര സ്മരണകൾ സന്തോഷാശ്രുക്കളോടെ തൊടുന്ന ഒരു ഓർമ്മയാണ് വളപ്പൊട്ടുകൾ. ഉത്സവ പറമ്പിൽ പോയി രക്ഷിതാക്കളിൽ നിന്നും കൂട്ടം തെറ്റി അതൊ ന്നുമറിയാതെ വളപ്പൊട്ടുകൾ പെറുക്കിയെടുക്കുന്ന പെൺകുട്ടിയുടെ ചിത്രം ഏറെ സ്നിഗ്ധതയോടെ വരച്ചിട്ടിരിക്കുന്നു.

ഞണ്ടു പിടിക്കാൻ പോയി നീർക്കോലിയുടെ വായിൽ വിരൽ അകപ്പെടാതെ ഭാഗ്യം കൊണ്ട് രക്ഷപ്പെട്ടതിന്റെ ആശ്വാസമാണ് 'ഞണ്ടുപിടുത്തം'. സൈനേവിന്റെ മേല് കയറിയ ബാധയ്ക്കും ഉണ്ട് കള്ള ത്തരത്തിന്റെയും കുസൃതിത്തരത്തിന്റെയും കഥ പറയാൻ. ഇങ്ങനെ പല വിധങ്ങളായ കഥകൾ രസച്ചരട് പൊട്ടാതെ കോർത്തു കെട്ടിയിട്ടുണ്ട് വിനീത ഇടച്ചന. നൈസർഗികമായ ജീവിതഭാഷകൊണ്ട് തിളങ്ങുന്ന താണ് ഓരോ ഓർമ്മക്കുറിപ്പുകളും. എഴുത്തുകാരിയല്ലാത്ത വിനീതയുടെ അനായാസമായ കഥയെഴുത്തു രീതി എല്ലാവരെയും വശീകരിക്കും.

ഈ ഓർമ്മക്കഥകളിലെല്ലാം നായികയും വില്ലത്തിയും വിനീത തന്നെയാണ്. ഈ വില്ലത്തരങ്ങളൊന്നും ഇല്ലായിരുന്നവെങ്കിൽ ഇങ്ങനെയൊരു എഴുത്തിന് യാതൊരു പ്രസക്തിയും ഉണ്ടാകുമായി രുന്നില്ല. നിശ്ശൂന്യമായ ഒരനുഭവകാലമാവും അവൾക്ക് ബാല്യം. നല്ല കുട്ടികൾക്ക് എന്ത് ഓർമ്മച്ചിത്രങ്ങൾ. പുസ്തകത്തിനും ക്ലാസ് മുറിക്കും പുറമ്പോക്കിലാണ് കുട്ടികളുടെ ജീവിതമുള്ളതെന്ന് ഓരോ കഥകളും നമ്മെ ഓർമ്മിപ്പിക്കുന്നു. മാന്യരാകാത്ത മനുഷ്യന്റെ പച്ചയിലാണ് അവരുടെ ആഹ്ലാദങ്ങൾ മുഴുവനും മുളച്ചുപൊന്തുന്നത്.

ധാരാളം സവിശേഷതകളുള്ള ഒരു എഴുത്തു വൃത്തിയാണ് വിനീ തയുടേത്. ഒരൊറ്റ കഥ ഋജുരേഖ പോലെ പറഞ്ഞു പോകുന്നില്ല. അങ്ങനെയായിരുന്നെങ്കിൽ ഈ കഥകൾ ഓരോന്നും അങ്ങേയറ്റം വിരസമായിത്തീർന്നേനെ. ഒരു കേന്ദ്രാനുഭവത്തിനു ചുറ്റും അനേകം കുഞ്ഞുകുഞ്ഞനുഭവങ്ങൾ പൊതിഞ്ഞു നിൽക്കുന്നു. ആ ഓരോ കുഞ്ഞനുഭവങ്ങളും അനേകം കഥകളുടെ ബലങ്ങളെ ഉൾവഹിക്കുന്ന താണെന്ന് തോന്നിയിട്ടുണ്ട്.

കഥ പറച്ചിലിനെ ഏറെ രസനീയമാക്കാൻ ശ്രമിച്ചിട്ടുണ്ട് വിനീത. ജീവൽ ഭാഷയ്ക്കു മേലെ നർമ്മത്തിന്റെ ഒരു തിളക്കം കത്തിച്ച നിർത്താൻ വിനിതയുടെ സ്വാഭാവികമായ എഴുത്തിനു കഴിയുന്നുണ്ട്. "ചിരിക്കുന്ന കഥ കേട്ടാൽ ഇരിക്കും" എന്ന നമ്പ്യാരുടെ എഴുത്തുമന്ത്രം നന്നായി മനസ്സിലാക്കിയ ആളാണ് വിനിത എന്നു തോന്നുന്നു. എല്ലാ കഥകളെയും സമർത്ഥമായി ഒരു ചിരിച്ചെപ്പിൽ ഒളുക്കി വെച്ചിരിക്ക ന്നു. മാത്രവുമല്ല ഓരോ കഥകളെയും ഒരു സിനിമാറ്റിക് വിഷൻ ആയി ആവിഷ്കരിച്ചിരിക്കുന്നു.

ഭാഷയിൽ വിനിത കാണിക്കുന്ന ചേരുവ പ്രത്യേകം ശ്രദ്ധിക്കേണ്ടതു തന്നെയാണ്. സമ്പൂർണമായ വാമൊഴി ഭാഷ സ്വീകരിക്കാതെ മാനക ഭാഷയും വാമൊഴിയും ചേർന്ന പ്രത്യേക ഭാഷ അവർ നെയ്തെടുക്കുന്നു.

നാട്ടു ജീവിതത്തിന്ന് മാനകഭാഷ മാത്രമായാൽ അത്ര ചേരില്ല. എന്നാൽ വാമൊഴി മാത്രമായാലോ അതു ചിലപ്പോൾ വായനയുടെ ബഹുസ്വ രതയെ ദുഷ്കരമാക്കുകയും ചെയ്യും. ആയതിനാൽ രണ്ടും പ്രത്യേക ചേരുവയിൽ ചേർത്ത പ്രത്യേകമായ ഒരു 'മണിപ്രവാളം' നിർമ്മിക്ക കയായിരുന്നു വിനിത ഇടച്ചന.

കയ്യി , പിരിയ, പിന്നെയൊരോട്ടം, റോട്ടമ്മ, എട്ടേ പത്ത്, ചേതീന്റ് രികില്, കയ്യിട്ടൊല്പമ്പിയ, കണ്ടച്ചാൽ, ഞായാല്യം, അടിയിണ്ടാക്കിയി ട്ട്, അപ്പാട്, ബാങ്ങിപ്പിച്ച്, ബീണ്ടം, ബട്ടം ബട്ടങ്ങ്, ബിജ്യനെന്താക്കി, കൊയച്ച്, എല്ലെറ്റം, ചേതീമ്മല്, ചന്തീമ്മൽ, ബെഞ്ചിമ്മ, കിട്ടണ്ടതല്ല്, അപ്പാട്, പൊട്ടി ക്യ, ഞാനോടി, കച്ചറയിണ്ടാക്കി, പക്ഷേങ്കി, വാങ്ങി കൊണ്ടരല്, കയിഞ്ഞ്, ബന്നോക്കുമ്പം, ഇങ്ങനെ വയനാടിന്റെ ഭാഷാ ഭേങ്ങൾ അനവധി. ഈ നാട്ടുമൊഴിയും മാനകഭാഷയും ചേർത്തു വെച്ച ഒരു ചേരുവ വിനിതയുടേത് മാത്രമാണ്. ഇങ്ങനെ ജീവൽഭാഷ കൊണ്ട് തുടിക്കുന്ന ഒരു ബാല്യചിത്രം മൺകളറുകളുടെ ചായം പൂശി മനോഹ രമാക്കിവരച്ച് നമ്മെ കാട്ടിത്തരുകയാണ് വിനിത ഇടച്ചനയുടെ ഈ ഓർമ്മക്കഥകൾ.

ഉള്ളടക്കം

ആമുഖം

എന്റെ കുട്ടിക്കാലത്തെ രസകരമായ ചില ഓർമ്മകളാണ് 'ദ സൺ ഷൈൻ ഇയേഴ്സ്' എന്ന ചെറുകഥാ സമാഹാരത്തിലൂടെ ഞാൻ അവതരിപ്പിച്ചിരിക്കുന്നത്. ഇതിനെനിക്ക് വേണ്ടുന്ന പ്രചോദനം നൽകിയ എന്റെ പ്രിയ സ്ഥാപനമായ നന്മണ്ട ഹയർ സെക്കണ്ടറി സ്കൂളിലെ എന്റെ എല്ലാസഹപ്രവർത്തകരോട്ടം, എന്റെ ഭർത്താവ് ശ്രീ. സത്യപ്രകാശ്, മക്കളായ വിഷ്ണു പ്രകാശ്, കൃഷ്ണ പ്രകാശ്, മറ്റുള്ള എന്റെ എല്ലാ ബന്ധുമിത്രാദികൾ, പ്രിയ കൂട്ടുകാർ, സ്നേഹം നിറഞ്ഞ നാട്ടുകാർ... എന്നിവരോടെല്ലാം ഞാൻ എന്റെ നന്ദിയും കടപ്പാടും അറിയിക്കുന്നു.

നന്ദി, നമസ്കാരം

വിനീത ഇടച്ചന

വിശപ്പിന്റെ വിളി

മമ്മുണ്ണിയാക്കേന്റെ വീട്ടിനടുത്തുള്ള ഇടവഴിയിലൂടെ വയലിലെത്തി വയലരികിലെ ശിവായിയേച്ചിയോട് രണ്ട കിന്നാരവും പറഞ്ഞ് വയൽ വരമ്പില്ലൂടെ അതിസാഹസികമായി നടന്ന്, കാരണം കാലൊന്ന് തെന്നിയാൽ ചളിക്കണ്ടത്തിൽ കുളിച്ച കയറാം അത്രയ്ക്ക് വീതി കുറവാണ് വരമ്പിന്. പാവം സതീശേട്ടനെ കുറ്റം പറഞ്ഞിട്ടും കാര്യമില്ല, വരമ്പിനെ ന്തിനാ ഇത്രയ്ക്കങ്ങാനും വീതി അത്ര കൂടി ഞാറുനട്ടാൽ രണ്ട് സേറ് നെല്ല് കൂടുതൽ കിട്ടില്ലേ. അല്പം കൂടി വയലില്ലൂടെ മുന്നോട്ട നടന്ന്, നടത്ത ത്തിനൊരു പ്രത്യേകരസാ! കമ്പിയുടെ മുകളില്ലൂടെ നടക്കുന്നതുപോലെ കൈകൾ രണ്ട ഭാഗത്തേയ്ക്ക വീശി ബാലൻസ് ചെയ്യള്ള നടത്തം. കൂട്ടകാരുമായി അടിയുണ്ടാക്കുന്ന ദിവസത്തേകാര്യം പോക്കാണ് കാരണം അറിയാത്ത ഭാവത്തിലൊന്ന് തട്ടിപ്പോയാൽ മതിയല്ലോ? എന്തായാലും വയൽ കുറുകേ നടക്കാൻ നല്ല സുഖാ അമ്മദാക്ക മക്കള് വഴി നടക്കുന്ന സ്ഥലല്ലേ കൊറച്ച് നെല്ല കൊറഞ്ഞാലും ബേണ്ടല എന്ന ചിന്താഗതിക്കാരനാ മൂപ്പര് പാവം മരിച്ചം പോയി. എനിയീ വരമ്പിന്റെ സ്ഥിതിയെന്താവുമോ എന്തോ? മക്കളെങ്ങാനും വീതം വച്ച് വിറ്റാൽ മ്മടെ സതീശേട്ടനെ എടുക്ക.

വയലിന്റെ കുറുകെയുള്ള തോട്ടവക്കിൽ വച്ചാണ് ഞാനും ഷീബയും പിരിയ്യ. ബാക്കിയെല്ലാരും കുറുകേ കടക്കുന്നതിന് മുമ്പ് നേരെ പോകും. തോട്ടിന കുറുകേയുള്ള തെങ്ങിൻ തടികൊണ്ടുള്ള പാലം ഞങ്ങൾ നടന്ന് നടന്ന് കേടാവണ്ടല്ലോന്ന് കരുതി തോട്ടിലേയ്ക്കെടുത്ത് ചാടി കയ്യും മുഖവുമെല്ലാം കഴുകും. കൂട്ടത്തിൽ കൈ കമ്പിലിൽ കുടങ്ങുന്ന പരൽ മീനകളോട്ടം കിന്നാരം പറയും. കൂടുതൽ സമയം കളയാറില്ല കാരണം അപ്പോഴേയ്ക്കും വിശപ്പിന്റെ വിളി തുടങ്ങി കഴിഞ്ഞിട്ടുണ്ടാവും. പിന്നെയൊ രോട്ടാണ് ഷീബയോട് യാത്ര പറയണം നാളെ കാണാം എന്നൊക്കെ

പറയണമെന്നാഗ്രഹമില്ലാഞ്ഞിട്ടല്ല. ഏട്ടൻ റോട്ടമ്മ കുടിയാണ് വരിക. വല്ല ബൈക്കിന്റെയും പുറകിൽ കയറി ആദ്യമെത്തിയാൽ തീർന്നു കഥ. കൂട്ടാനിലൊരൊറ്റ കഷ്ണംണ്ടാവില്ല. ഒക്കെയങ്ങുറ്റിയെടുക്കും. വിശ പ്പിന്റെ വിളി ആരേ ആറിലെത്തുമ്പോഴും ഓട്ടത്തിനിടയിൽ ഷീബയോട് എട്ടേപ്പത്തെന്ന് വിളിച്ച് പറയും. ഒന്നുമല്ല നാളെ സ്കൂളിലേക്കിറങ്ങണ്ട സമയമാണ്. അവൾക്ക് ഓടണ്ടാവശ്യമില്ല ഇഷ്ടം പോലെ വിഭവങ്ങ ളുമായി കാത്തിരിക്കും അവളുടെ അമ്മ. ഒന്നും കഴിക്കില്ലിവൾ എന്താ ഇവളെയും കൊണ്ട് ചെയ്യാ എന്ന് പറഞ്ഞ് അവളമ്മ നെടുവീർപ്പിട്ട മ്പോൾ പാവം എന്റമ്മ കൂട്ടാൻ കഷ്ടത്തിന് അടിയിണ്ടാക്കുന്ന ഞങ്ങളെ പിടിച്ച് മാറ്റുന്ന തിരക്കിലായിരിക്കും.

അമ്മയ്ക്കാകെ ഒരു കണ്ടീഷനേയുള്ള കയ്യും കാലും മുഖവും കഴുകി,ത യഞ്ഞു തീരാനായ കറുത്ത ഹവായ് ചെരുപ്പം കഴുകി ചേതീന്റെരികില് കുത്തനെ വെള്ളം ഊറാൻ വയ്ക്കണം. പണ്ടേ എനിയ്ക്ക് ബുദ്ധി കൂടുതല്ല ള്ളതുകൊണ്ട് തോട്ടിൽ നിന്നതന്നെ കൈയ്യും കാല്യം കഴുകി ചെരിപ്പ് ചളിയാവാതിരിക്കാൻ കൈയ്യിൽ പിടിക്കും.

ഓടുന്ന ഓട്ടത്തിൽ സമയം വീണ്ടും ഷീബയേ ഓർമ്മപ്പെടുത്തിയ ശേഷം കൽ നടയ്ക്കലെത്തിയാലൊരൊറ്റ നിൽപ്പാ. കാരണം ശ്വാസം നേരെയാക്കിട്ട് വേണം അമ്മേ...ന്ന് വിളിക്കാൻ. കുത്തനെ കല്ലുകൊണ്ട് കെട്ടിയ ആ വലിയ നട ഞാൻ കയറിയെത്തുമ്പോഴേയ്ക്കും ഏട്ടനെത്തി യാലോ? വേണ്ട ഓട്ടം വിട്ടുകൊട്ടുക്കരുത് ശ്വാസം ഉള്ളിലേക്ക് വലിച്ചും പുറത്തുവിട്ടും കഴിഞ്ഞതിന്റെ ശേഷം ഒരു വിളിയാ, ഒരു ഒന്നൊന്നര വിളി, അമ്മേ...ന്. വിശപ്പിന്റെ വിളി !!! ആ വിളിയുടെ സുഖം ഒന്ന് വേറെ തന്നെയാ ഒപ്പം ആദ്യമെത്തിയെന്ന ആശ്വാസത്തിന്റെയും.

"ആ പൊരോട്ടയല്ലീ പ്പൊരോട്ട..."

വക്കില്ലാത്ത വട്ടച്ചെപ്പിൽ നിറച്ച വെള്ളത്തിൽ കയ്യിട്ടൊലുമ്പിയ ശേഷം ചുറ്റും ഒന്ന നോക്കി. ഭാഗ്യം ആരും കണ്ടില്ല. അല്ലേലും കണ്ടുച്ചാലും അത്ര കുഴപ്പമൊന്നുമില്ല. പണ്ടേ വൃത്തിക്കാരിയായ ഞാൻ കയ്യൊന്ന വട്ടയിലിട്ടൊലുമ്പി. അല്ലാതെ കൊല്ലാകൊലയൊന്നും ചെയ്തിട്ടില്ല. അത്ര നേരം ചെമ്മണ്ണിൽ കളിച്ചതിന്റെ ചെറിയൊരു കലക്ക് വെള്ളത്തിൽ കണ്ട അത്രമാത്രം. മൂത്തമ്മ താഴേയുള്ള കേണിയിൽ നിന്ന് കോരി കൊണ്ടു വന്ന് നിറയ്ക്കുന്നതല്ലേ?

ഞായാലും അകത്തളത്തിൽ ഉണ്ണാൻ വിരിച്ചിട്ടിരിക്കുന്ന പായ യിലേക്ക് ഓടി കിതച്ച ചെന്ന. അപ്പോഴേക്കും അത്ര നേരം മണ്ണിൽ തലകുത്തിമറിഞ്ഞ ലച്ചവും ബാബ്യം രതീഷെല്ലാം കൈകുപ്പായത്തിലൊ ന്ന് നീട്ടി തുടച്ച് ഗമയിലങ്ങനെ ഇരിക്കാ. കണ്ടിട്ട് സഹിച്ചില്ലെങ്കിലും വളരെ വൃത്തിയുള്ള ഞാൻ അടിയിണ്ടാക്കിയിട്ട് കിട്ടുന്ന പൊരോട്ടയുടെ എണ്ണം കുറയണ്ടെന്നോർത്ത് അനുസരണയുള്ള കുട്ടിയായി മന്ദിരയുടെ മൂലയിൽ പോയിരുന്നു.

എല്ലാരും കയ്യ് നന്നായി തേച്ച് കഴുകീനോ? മൂത്തമ്മയുടെ ചോദ്യത്തിൽ അവരൊരൊന്ന് പകച്ച് മൺകളറുള്ള കയ്യിലേക്ക് ദയനീയമായി നോക്കീട്ട് ജാള്യതയോടെ എന്നെയും ഒന്ന 'നോക്കി. തെല്ലൊരഹംഭാവത്തിൽ ഞാനൊന്ന് മുന്നോട്ട് അനങ്ങിയിരുന്നു. മൂത്തമ്മ ഓരോരുത്തരുടെയും കയ്യൾ പരിശോധിച്ചു. വൃത്തിയില്ലാത്ത അവരുടെ കൈകൾ കണ്ട് തലയെക്കാരു മേട്ടുകൊട്ടത്ത് എല്ലാത്തിനെയും ഓടിച്ച വിട്ടു. അപ്പോഴെ യ്ക്കും ചേച്ചിയമ്മ പൊരോട്ടയുമായെത്തി. എന്റെ ഇലയിൽ വച്ച പൊരോ ട്ടയുടെ എണ്ണം കുറഞ്ഞതുകൊണ്ടാണോയെന്നറിയില്ല എന്റെ കണ്ണുകൾ പൊരോട്ട പാത്രത്തിലേക്കായിരുന്നു. അപ്പോഴേക്കും ഗ്രഹണി പിടിച്ച പിള്ളേര് ചക്ക കൂട്ടാൻ കണ്ട മാതിരി അവരെല്ലാം ഓടി സീറ്റ് പിടിച്ച.

ഞാൻ വേഗം എന്റെ മുട്ടക്കറിയിൽ നിന്നും മുട്ടയെടുത്ത് എന്റെ മടിയുടെ ഭാഗത്ത് ചേർത്ത് വച്ചു. എത്രയോ കാലം കൂടി ഒരു മുട്ട അപ്പാടും കിട്ടി യതല്ലേ. എന്റെ ഇലയിലെ പൊറോട്ടയുടെ ഷെയ്പ്പ് ഞാനപ്പഴാണ് ശ്രദ്ധിച്ചത്. ഇത് റൊട്ടിയാണോ അതോ പൊറോട്ട തന്നെയാണോ എന്ന് സംശയം. ക്ലിയർ ചെയ്യാൻ ലച്ചന്റെയും രതീഷിന്റെയും എല്ലാം ഇലകളിലേക്ക് മാറി മാറി നോക്കി. ഹാവൂ സമാധാനം, അവരുടേ തിന്റെ കോലവും ഏതാണ്ടിതു പോലെ തന്നെയാ. ഞാൻ ഒരു നിമിഷം ചിന്തിച്ചു. പണ്ടൊരു ദിവസം സുബൈർക്ക അല്ലുവിക്കട്ടിക്കാന്റെ ഹോട്ടലില് എന്നെയും ലച്ചനെയും കൊണ്ടു പോയപ്പം വാങ്ങിത്തന്ന പൊറോട്ട പോലയല്ലല്ലോ ഇത് കാണാൻ. സാരല്ല ഇത് തന്നെയാ പൊറോട്ട. അത് ചെലപ്പം വേറെ വെല്ല്യേന്തേലും കടിയായിരിക്കും. മുട്ട ഏറ്റവും അവസാനം തിന്നാൻ സംരക്ഷണ വലയത്തിൽ വച്ച കൊണ്ട് ഞാൻ ചാറിൻ മുക്കി തിന്നാൻ പൊറോട്ട രണ്ട കഷ്ണം ചേർത്ത് വലിച്ച മുറിക്കുമ്പോൾ വലിഞ്ഞു കളിച്ച് ബുദ്ധിമുട്ടുണ്ടല്ലോന്ന് കരുതി കൂർത്ത പല്ലുകൾ കൂടി ചേർത്ത് ഉചിതമായ രീതിയിൽ മുറിച്ചെടക്കുമ്പോഴാണ് ഓനായി ചേട്ടന്റെ മൂത്ത മകൻ ജോർജ്ജേട്ടനവിടെയെത്തുന്നത്. ഹാ ഹാ! എല്ലാവരും ഉണ്ടല്ലോ? എന്താ വിശേഷം അകത്തു കൊടുക്കലോ മറ്റോ ആണോ? എന്ന് ചോദിക്കുന്നതിനിടയിൽ ഞാൻ കടിച്ച വലിക്കുന്ന പൊറോട്ടയിൽ നിന്നൊരു കഷ്ണം എട്ടത്ത് വായിലിട്ടത്. ഇതെന്താടാ വിജയാ, കണ്ടിട്ട് മനസ്സിലാകുന്നില്ലല്ലോ? അപ്പോൾ ഏട്ടൻ പറഞ്ഞ മറുപടി കേട്ടപ്പോഴാണ് എനിക്ക് മനസ്സിലായത് ഞാനന്ന് കഴിച്ച ആ പൊറോട്ടയല്ല ഈ പൊറോട്ടയെന്ന്.

ഇതെന്നാ കോലാടാ ഇങ്ങനെയാണോ പൊറോട്ടയുണ്ടാക്കുന്നത്? അറിയാത്ത പണിയ്ക്ക് പോണോ ?

ഒന്നല്ലടാ, ഇന്ന് കുന്നംപുറത്ത് ഇഞ്ചി നട്ട കഴിഞ്ഞ സന്തോഷത്തിൽ ഒന്നെല്ലാവർക്കും കൂടി ആഘോഷിക്കാം എന്നോർത്ത് പൊറോട്ടയും മുട്ടക്കറിയും ആക്കാമെന്ന് കരുതി.

ഏട്ടനിത്ര പറഞ്ഞു നിർത്തുമ്പോഴേയ്യും ചേച്ചിയമ്മ സങ്കടത്തോടെ കൂട്ടി ചേർത്തു. പണി പറ്റിച്ചതീ ഷംസുവാ, അവന് ഇവിടെ പണിക്ക വരുന്നതിന് മുമ്പ് താന്തൂര് ഒരു ഹോട്ടലിൽ പൊറോട്ടയുണ്ടാക്കലായിര ന്ന എന്ന് പറഞ്ഞ അന്ന മുതൽ മുത്തമ്മയ്ക്ക് തോന്നിയ ഒരാഗ്രഹമാണ് പൊറോട്ടയുണ്ടാക്കി കഴിക്കണമെന്ന്. അതിനൊരവസരം വന്നപ്പോൾ ഇവനത് നശിപ്പിച്ചു കയ്യിലെടുത്തു. ബാക്കി മൂത്തമ്മയും അമ്മായിയും എന്തിനധികം അമ്മയും കൂടിചേർന്ന് നടന്ന കഥകളെല്ലാം വിശദീകരിച്ച്.

മൂന്ന് വീട്ടുകാർക്കും കൂടി അഞ്ച് കിലോ മൈദ ധാരാളം മതിയെന്ന് പറഞ്ഞിട്ട് ഞങ്ങൾ അഞ്ചുകിലോ മൈദ വാങ്ങിച്ചത്. ഈ പഹയ നെന്താക്കി അതു മുഴക്കെ വട്ടയിലിട്ട് വെള്ളമൊഴിച്ചു. ഇതിണ്ടാക്കുന്ന കാണാമ്പേണ്ടി ഞാളെല്ലാം കൗതുകത്തോടെ നോക്കി നിക്കുമ്പഴ ഇവൻ പറയുന്നേ ബെള്ളം ഒഴിച്ചതിൽത്തിരി കൂടിപ്പോയി കൊറച്ച് മൈദേം കൂടി ബേണന്ന്. അങ്ങനെ ഞാള് ദാസനെ സൈക്കളെടുത്ത് ബിട്ട് ഒറ്റ കിലോ മൈദേം കൂടി ബാങ്ങിപ്പിച്ചേ. എന്നിട്ടെന്താ കാര്യം അതിലൊന്നും ഒതുങ്ങാണ്ട് ബീണ്ടും രണ്ടു പ്രാവശ്യം നടക്കണ്ടല്ലോന്ന് കരുതി രണ്ട് കിലോ ഒരുമിപ്പിച്ച് ബാങ്ങി. എന്നിട്ടും മതിയാവാത്ത ദേഷ്യത്തിന് ബിജ്യനെന്താക്കി ഓനെക്കൊണ്ടൊരു ഉണ്ട മൈദേം തീറ്റി. പിന്നെല്ലാം കൂടി ഒറ്റ വിധം ഞാള് പെണ്ണങ്ങളെല്ലം കൂടി എന്തായാല്യം ബേണ്ടല പിള്ളെറെല്ലാം ബല്ലാണ്ട് ആശിച്ചതല്ലേന്നും പറഞ്ഞ് ഞങ്ങളെന്നെ മാവ് കൊയച്ച് റൊട്ടിപോലങ്ങ് പരത്തി. അപ്പം മീനുവെന്താക്കി പപ്പട കുത്തിം കൊണ്ട് ബട്ടം ബട്ടങ്ങ് വരച്ച് പൊറോട്ടേന്റെ മോളിലെ ബട്ടം ഇണ്ടാക്കി. പിന്നങ്ങനെ എല്ലെറും കൂടി ലേശം നല്ലെണം എണ്ണേം കൂട്ടി യങ്ങ് തട്ടിലിട്ട് ചട്ടതായീപ്പൊറോട്ട എന്നും പറഞ്ഞൊരു പൊട്ടിച്ചിരിയും. അതു കേട്ടു കഴിഞ്ഞപ്പോഴാണ് എനിയ്ക്ക് ആ നഗ്നസത്യം മനസ്സിലായത്.

ഓട്ടമത്സരം

"ച്ചുറ്റിലും കുട്ട്യോളിങ്ങനെ കൂടിയിരുന്നാലെന്താ ചെയ്യാ. എല്ലാവരും ഒന്ന് വിട്ടു നിൽക്വാ, ആ കുട്ടിയൊന്ന് നേരാവണ്ണം ശ്വാസം കഴി ക്കട്ടെ........

ശ്രീകൃഷ്ണൻ മാഷിന്റെ അലർച്ച കേട്ടാണ് ഞാനുണർന്നത്. ഭയത്തോടെ ചുറ്റും നോക്കി. "സാരല്യ കുട്ടിയ്ക്ക് ഒന്നല്യട്ടോ, നന്നായി വിശ്രമിക്യാ" എന്ന പറഞ്ഞ് ശ്രീകൃഷ്ണൻ സാറ് മൈതാനത്തിലേക്ക് പോയി. ആയി രത്തിഅഞ്ഞൂറ് മീറ്ററിന് First നമ്മക്കായെല്ലോ ഹൗസാണ് ഇപ്പഴും മുന്നില് എന്ന് പറഞ്ഞ് തുള്ളി കൊണ്ട് സലീമോടിവന്നു. അപ്പോഴാണ് സിനി സന്തോഷത്തോടെ എന്നെ തഴകി കൊണ്ട് നടന്ന കാര്യങ്ങൾ വിവരിച്ചത്.

നിനക്ക് സന്തോഷമായില്ലേടി ഓട്ടത്തില് നിനക്കാ ഫസ്റ്റ് എന്ന് പറഞ്ഞത് കേട്ട് ഒന്ന ഞെട്ടി കാരണം അതെങ്ങനെ സംഭവിച്ചവെ ന്ന് എനിയ്ക്കറിയില്ല. എങ്കിലും അവൾ പറഞ്ഞത് അനുസരണയുള്ള കുട്ടിയായ് ഞാൻ കേട്ട നിന്നു. ഉറ്റ ചങ്കുകളായ ജാൻസിയും, ഉമ്മും, സുജയും, ഷീബയും എല്ലാ സഹതാപത്തോടെ എന്റെ ചുറ്റിലും വിട്ട മാറാതെ നിൽക്കുന്നുണ്ടായിരുന്നു. എടീ നീ ഓടിയോടി അവസാന റൗണ്ടെത്തിയപ്പോഴേക്കും കഴഞ്ഞുവീണ പോയി. ഞങ്ങളെല്ലാം പേടിച്ച് ഉറക്കെ നിലവിളിച്ച കരഞ്ഞൂടി... എന്ന പറഞ്ഞപ്പോൾ ഞാൻ ചത്തു പോയെന്ന് കരുതിയിട്ടാണോ എന്ന് ചോദിക്കണമെന്നുണ്ടായിരുന്നു. പക്ഷേ ചോദിച്ചില്ല പറയുന്ന കാര്യം വഴിതിരിഞ്ഞു പോകേണ്ടന്ന കരുതി ഞാൻ അക്ഷമയായിരുന്നു. ശ്രീകൃഷ്ണൻ മാഷ്ന്റെ മോളേന്നും വിളിച്ച് ഓടി വന്നെന്നേ വാരിയെടുത്ത് ഇവിടെ കൊണ്ട വന്ന കിടത്തി മുഖത്ത്യ വെള്ളം തളിച്ച് കുറച്ച് കഴിഞ്ഞ് ചായയെല്ലാം കൊണ്ട വരീച്ച് അത് മെല്ലെ സാറ് തന്നെ കുടിപ്പിച്ചുട്ടീന്നവൾ പറഞ്ഞത് തീർത്തും

ആത്മാർത്ഥതയോടുകൂടി തന്നെയായിരുന്നു. പൊതുവേ പഠിക്കാനത്ര മിടുക്കിയല്ലെങ്കിലും കുരുത്തക്കേടിന് ഒട്ടും മോശമല്ലാത്ത കട്ടി കണ്ണട യിട്ട് മേലോട്ട് നോക്കി നടന്ന് ഉരുണ്ട് വീണ് കുറ്റം മറ്റുള്ളവരുടെ മേൽ ചാരുന്ന നല്ല സ്വഭാവക്കാരിയായ പൊക്കം കുറഞ്ഞ് തടിച്ചുണ്ടയായ ഞാൻ, ഉണ്ടയെന്ന് ഓമന പേരോട് കൂടി കൂട്ടുകാർ വിളിക്കുന്ന എന്നെ ക്ലാസ്സ് ടീച്ചറായ ശ്രീകൃഷ്ണൻ സാറിന് വല്ല്യു ഇഷ്ട്ടായേന്റെ അസൂയയൊ ന്നും അവളിവിടെ കാണിച്ചില്ല കേട്ടോ.

എന്തായാലും അവൾ പറഞ്ഞു നിർത്തിയപ്പോഴാണ് സംഭവബഹുല മായ ആ നിമിഷം ഞാനോർത്തെടുത്തത്. പത്താം ക്ലാസ്സിൽ പഠിക്ക മ്പോഴുള്ള സംഭവമാണേ. യെല്ലോ ഹൗസിലുള്ള ഞാൻ പാട്ടും ഡാൻസു മെല്ലാമായി ഒരു വീതം പോയിന്റുകളെല്ലാം വാങ്ങിക്കൊടുത്ത് യെല്ലോ ഹൗസിനെ ഒന്നാം സ്ഥാനത്ത് നിർത്തിയ കാലം. കൂട്ടത്തിലൊരു കലാതിലകപട്ടവും, ബെസ്റ്റ് ആക്ടർ പട്ടവും നേടിയെടുത്തത് എന്റെ കഴിവുകൊണ്ടൊന്നുമല്ല കെട്ടോ. വേറാരും കാര്യമായി മത്സരിക്കാനി ല്ലാത്തതുകൊണ്ടാണ്. പക്ഷേ കട്ടി കണ്ണടയിട്ട് തടിച്ചുരുണ്ട എനിയ്ക്ക് ഓടാൻ പോയിട്ട് നടക്കാൻ പോലും ആവാത്ത കാലം. അപ്പോഴാണ് കായിക മേളയ്ക്ക് ആയിരത്തിഅഞ്ഞൂറ് മീറ്റർ പെൺകുട്ടികളുടെ ഓട്ട മത്സരത്തിന്റെ ഊഴം വരുന്നത്. അതിൽ മത്സരിക്കാൻ ആകെ മറ്റ രണ്ടു കുട്ടികൾ മാത്രമാണ് പേരു നൽകിയിരുന്നത്. മൂന്ന് പേരായാൽ വെറുതേ ഓടിയാലും തേർഡും, സർട്ടിഫിക്കറ്റും കിട്ടും ഹൗസിനൊരു പോയിന്റുമാകുമെന്നുള്ള ഹൗസ് ലീഡറുടെ നിർബന്ധത്തിന് കൊടുത്ത താണാ പേര്.

പക്ഷേ സംഭവം ഇത്രത്തോളം എത്തുമെന്ന് ഈ ഓടിയ ഞാനല്ല ആ സ്കൂളിലെ ആരും തന്നെ കരുതി കാണില്ല. ഓട്ടം തുടങ്ങിയപ്പോൾ തന്നെ ട്രിക്കുകളൊന്നും അറിയാത്ത ഞാൻ ഗ്രൗണ്ടിന്റെ എട്ടു റൗണ്ട് ഓടുന്നതിന്റെ ആദ്യ റൗണ്ടിൽ തന്നെ എന്നെ കൊണ്ട് കഴിയുന്നത്രുപര മാവധി സ്പീഡിലോടി. മറ്റ ഹൗസിലുള്ളവരെ അപ് അപ് എന്ന് പറഞ്ഞ് സപ്പോർട്ട് ചെയ്യുമ്പോൾ എന്റെ ഹൗസിലുള്ള സലീമടക്കം മെല്ലെ ഓട് മെല്ലെ ഓട് എന്നാണ് പറഞ്ഞത്. മറ്റുള്ളവർ ആദ്യം ക്ഷീണം പിടിക്കാ തിരിക്കാൻ സാവകാശം ഓടുന്നതാണെന്ന സത്യം സത്യത്തിലെനിക്ക റിഞ്ഞുമില്ല. എന്നെ നിരുൽസാഹപ്പെടുത്തുന്ന എന്റെ ഹൗസുകാരോട് പുച്ഛവും തെല്ലൊരമർഷവും തോന്നിയതു കൊണ്ടാവാം വാശിയ്ക്ക് ഞാൻ കുറച്ചുകൂടി സ്പീഡിലോടി. അതിന്റെയിടയിൽ ഐഷേന്റെ ഒരു പുളിച്ച കോമഡിയും ആ കണ്ണട ഊരിത്താ... അത് വീണു പൊട്ടി പോണ്ടാന്ന്. അതു പൊട്ടിയാലിപ്പം ഇവളാ വാങ്ങിത്തരുവാ. ഉള്ളിൽ വന്ന ദേഷ്യം

ഒന്നുകൂടി കനത്തതുകൊണ്ടാവാം ദേഷ്യത്തിന്റെ ഊക്ക് ഏഴാം റൗണ്ടിലെത്തി. അപ്പോഴാണ് എന്റെ ഹൗസുകാർക്ക് ബോധം വന്നത് ഞാനത്ര മോശക്കാരിയല്ലാന്ന് അവരും അപ് അപ് എന്ന് പറഞ്ഞ് കയ്യടിക്കാൻ തുടങ്ങി. അതിനിടയിൽ ഓടെ ടീ... ഇനിയൊറ്റ റൗണ്ടേ യുള്ളവെന്ന് വിളിച്ചു കൂവിയ ജാൻസിയെ ഞാനറിയാതെ നോക്കി പോയത്. അവള് കുരിശ്ശ വരയ്ക്കുന്നത് കണ്ട് ഓടിത്തളർന്ന എനിയ്ക്കാ രാശ്വാസം കിട്ടുന്നതിനു മുമ്പ് എന്റെ കണ്ണട താഴേയ്ക്ക് തെറിച്ച വീണു. അതൊരു ഒന്നൊന്നര കുരിശ്ശാണെന്ന് പിന്നീടോർത്തപ്പോഴാണ് എനിയ്ക്ക് മനസ്സിലായത്.

എന്തായാലും പി ടി മാഷ് ഫ്രാൻസീസാറിന്റെ സ്നേഹത്തോടെയുള്ള സപ്പോർട്ട്, ഓട് മോളെ ഇനി കുറച്ചേയുള്ളവെന്ന പറച്ചിലിന്റെ ഉശിരും കാരണം എന്റെ കണ്ണട സാറ് ഭദ്രമായി കയ്യിൽ പിടിച്ചിട്ടുണ്ടെന്നുമുള്ള ആശ്വാസത്തിൽ ഞാൻ ഓടിയ ഓട്ടം ഫിനിഷിങ്ങ് പോയിന്റ് വരെ എത്തിയെന്ന കാര്യം ഫസ്റ്റ് എനിക്കാണെന്നുള്ള അനൗൺസ്മെന്റ് കേട്ടപ്പോഴാണ്. ഞായാലും ഫ്രാൻസീസ് സാറ് ഒരു യു പി മുതലെങ്കി ലും എന്റെ പി ടി മാഷായിരുന്നേൽ ഞാനിന്ന് പി.ടി ഉഷയേക്കാൾ അറിയപ്പെട്ടേനെ. വിധി! അല്ലാതെന്തു പറയാനാ. ജീവിതത്തിലെ ആദ്യത്തെയും അവസാനത്തെയും ഓട്ടം തന്നെയായിപ്പോയി.

സിബ്ബ്

ബെഞ്ചിന്റെ അറ്റത്തായതു കൊണ്ട് വളരെ സാഹസപ്പെട്ട് പേടിച്ചാണ് നിൽപ്പ്. ഞാനും, സിനീം, സുജേം, ജാൻസീം, എന്തിന് ശ്രദ്ധഗതിക്കാരിയായ ഷിബേം ഇണ്ട് കൂട്ടത്തില് കയ്യം പൊക്കി പിടിച്ച് ബഞ്ചിമ്മല് കേറി നിൽക്കാൻ. ജീവിതത്തിലാദ്യായിട്ടാ ഈ യൊരു പരീക്ഷണം. അല്ലാതെ നല്ല കൂട്ട്യോളായ ഞങ്ങൾക്ക് ഇടയ്ക്ക് ചന്തീമ്മല് കിട്ടുന്ന അടി അതത്ര കാര്യാക്കാറില്ല. ബെഞ്ചിമ്മ പോയി അമർന്നിരിക്കുമ്പോൾ ചെറിയ നീറ്റലുണ്ടേലും പാടങ്ങ് പൊയ്ക്കോളാം. പക്ഷേ ഇതങ്ങനെയല്ലല്ലോ? അഭിമാനത്തിന് തന്നെ ക്ഷതമേറ്റില്ലേ. എന്തായാലും അങ്ങനെ വിട്ടാൽ ശരിയാവില്ല. വിട്ടുകൊടുത്തൂടാ... അവനൊറ്റ ഒരുത്തനാ ഇതിന് കാരണം.

ലിഖിത്, മെലിഞ്ഞ് വെളുത്ത് മുള്ളൻപന്നിയുടെ മുള്ള പോലെ മുകളിലേക്ക് കുത്തന നിൽക്കുന്ന മുടി. കൂടാഞ്ഞിട്ട് ക്ലാസ്സിലേറ്റവും സുന്ദര നാണെന്ന ഭാവത്തിൽ മോണ മുഴവൻ കാട്ടി കൊണ്ടുള്ള ചക്ക പല്ലന്റെ ഒരു ചിരിയുമുണ്ട്. അത് ഒരു മാതിരിയൊരു ചിരിയാ... മനുഷ്യനെ വെറും ഏളാക്കുന്ന മാതിരിയുള്ള ഒരു വളിച്ച ചിരി.

ക്ലാസ്സിൽ റാങ്കനുസരിച്ചാണ് പത്താം ക്ലാസ്സിലെ ഏ ഡിവിഷനിൽ ഞങ്ങളെ ശ്രീകൃഷ്ണൻ മാഷ് ഇരുത്തുക. റാങ്കിന്റെ കാര്യത്തിൽ പുറ കിലാണേലും ഇരുപ്പിന്റെ കാര്യത്തിൽ ഫസ്റ്റ് ബെഞ്ചിലൊന്നാമത് ഞാൻ തന്നെയാ. മറ്റൊന്നുമല്ല, കണ്ണിന്റെ കാഴ്ചയിലല്പ്പം കുറവുള്ളത് കൊണ്ട് കട്ടി കണ്ണടയിലൂടെ ബോർഡിൽ നോക്കി എഴുതണമെങ്കിൽ മുന്നിൽ അറ്റത്തു തന്നെയിരിക്കണം. മാത്രമല്ല മനസ്സിലാവാത്തത് ബോർഡിന്റെ അടുത്ത് പോയി നോക്കം ചെയ്യാലോ. ബോർഡിന്റെ തൊട്ട മുന്നിൽ പോയി നിൽക്കുമ്പോൾ മാറ്.......മാ......റ് ന്നുള്ള വിളി പുറകിൽ നിന്ന് വരാറുണ്ടെങ്കിലും ഞാനതൊന്നും അത്ര കാര്യാക്കാറില്ല. അങ്ങനെയൊരു ദിവസം ഡാഷ് മാഷ്, പേരും വിഷയവും തൽക്കാലം

മറച്ച് വയ്ക്കാം,   അതാ നല്ലത്. മാഷ് ക്ലാസ്സെടുത്തോണ്ടിരിക്കുമ്പോൾ അപ്പുറത്തെ സൈഡിലേ രണ്ടാമത്തേ ബഞ്ചിലിരിക്കുന്ന ലിഖിത് ശ്രൂ …… ശ്രൂ…… ന്ന് വിളിക്കുന്ന്. മാഷ് ബോർഡിലെഴുതുന്ന തക്കം നോക്കി ഞാൻ തിരിഞ്ഞു നോക്കി. അവനെന്തോ ആക്ഷൻ കാണിച്ചു. ആൺകു ട്ടികളെല്ലാം അടക്കിപിടിച്ച് ചിരിക്കുന്നുണ്ടായിരുന്നു. പഠനത്തിൽ മാത്രം ശ്രദ്ധിക്കുന്ന ഞങ്ങൾ ഏ ക്ലാസ്സിലെ പെൺകുട്ടികൾ അച്ചടക്കത്തിന്റെ കാര്യത്തിൽ പ്രത്യേകിച്ചും ഡാഷ് മാഷിന്റെ ക്ലാസ്സിൽ വളരെ മുന്നി ലായിരുന്നു. പക്ഷേങ്കില് മാഷ് പഠിപ്പിക്കുന്നത് ഇന്നത്തെ ഇന്ത്യൻ ശാസ്ത്രജ്ഞനും അന്നത്തെ പഠിപ്പിസ്റ്റമായ വിള്ള ചിറയിലിനു പോല്യം ഒന്നും മനസ്സിലാകാറില്ല എന്നതൊരു വാസ്തവമായിരുന്നു. സത്യത്തില വന് കാര്യായിട്ട മാർക്കൊന്നും കിട്ടണ്ടതല്ലാ അവിടത്തെ ബയോളജി റ്റീച്ചറിന്റെ മകനെന്ന പരിഗണനയിൽ എല്ലാവരും മാർക്ക് കൂട്ടിയിട്ട കൊടുക്കുന്നതാ.

എന്തായാലും സംഭവം എന്തെന്നറിയാൻ തിരിഞ്ഞു നോക്കിയ എന്നോട് അവനാ …….ലിഖിത് എന്തെല്ലോ ചേഷ്ടകൾ കാണിച്ചു. കാര്യം പിടികിട്ടാത്തതിനാൽ ഞാൻ സുജയ്ക്ക് കൈമാറി. അവൾക്ക് പെട്ടന്ന് കാര്യം പിടികിട്ടി. അവൾ വിവരം തൊട്ടടുത്തിരിക്കുന്ന സിനി യോട്ടും, സിനി ജാൻസിയോട്ടും, ജാൻസി ഷീബയോട്ടും വളരെ കൃത്യമായും പക്വ തയോട്ടും കൈമാറി. അവർ മാഷ് ബോർഡിലെഴുതി തിരിഞ്ഞു നിന്ന് ബുക്ക് വായിക്കുമ്പോൾ സൂക്ഷിച്ച് നോക്കി കാര്യം സത്യമാണെന്ന് ഉറപ്പ വരുത്തി. ഇന്നവേഷനിൽ മിടുക്കരായ ആൺകുട്ടികളെ നോക്കി ചിരിച്ചു. സത്യത്തിൽ കാര്യമൊന്നും പിടുത്തം കിട്ടാത്ത ഞാനും അവരുടെ കൂടെ ചിരിച്ചു. അല്ലെങ്കിൽ ബേക്കിലെ ബെഞ്ചിലെ പെൺകുട്ടിയോള് വിചാരിക്കില്ലെ ഇവള് പൊട്ടത്തിയാന്ന്. അല്ലേല്യം എന്ത് രഹസ്യവും അറിയാൻ ചെവി കോർക്കുന്ന അവർക്ക് മാത്രം കാര്യം പിടികിട്ടിയില്ല. എനിയ്ക്ക് എല്ലാമറിയാം എന്ന ഭാവത്തിലായിരുന്നു എന്റെ ചിരി. അവർ ക്കല്ലേല്യം ഞാൻ മുന്നിലെ ബഞ്ചിന്റെ അറ്റത്തിരിക്കുന്നതിന്റെ കുറച്ച് കൂശ്രുമ്പുണ്ടേട്ടാ.

സ്റ്റാൻഡ് അപ് എന്ന അലർച്ച കേട്ട് ഞാൻ ഞെട്ടി എഴുന്നേറ്റു. ഹാവ്വ.. ഭാഗ്യം! ഞാൻ മാത്രല്ല എന്റെ ബെഞ്ചിലെ എല്ലാരുമുണ്ട്. ഞങ്ങളുടെ ചിരി മാറി കരച്ചിലായി മാറിയിരുന്നു. കാരണം സാറിന്റെ ച്ചൂരല് പ്രയോഗം അത്രുയ്ക്ക് കെങ്കേമ! എന്തായാലും ചിരിയ്ക്കാനുള്ള കാരണം ആദ്യമമ്പോഷിച്ചത് എന്നോട് തന്നെയാണ്. അടിയിൽ നിന്ന് രക്ഷ നേടാൻ എള്ള നഗ്ന സത്യവും വിളിച്ച പറയുന്ന എനിയ്ക്ക് ഭാഗ്യത്തിന് ഈ സത്യം അറിയാതെ പോയത് ഏതായാലും നന്നായി. ചോദ്യ ഭാഷ

ചൂരലിന്റെ ഇമ്പിലൂടെ സുജയിലേക്കും സിനിയിലേക്കും ജാൻസിയിലേ ക്കും ഷീബയിലേക്കും എത്തി. അവരാരും സത്യമറിഞ്ഞിട്ടും പറഞ്ഞില്ല. എന്റെ കണ്ണുകൾ ദയനീയമായി അവരോരോരുത്തരിലും പതിഞ്ഞു. എന്നോടൊന്നു പറഞ്ഞിരുന്നേൽ.... ഞാൻ പറഞ്ഞോളമായിരുന്നില്ലേ? പെട്ടന്നതാ അടുത്ത ഓർഡർ പുറകിലെ ബെഞ്ചിന്റെ മുകളിൽ കയറി കൈപ്പൊക്കി നിൽക്കാൻ. പറയ്ക്കാനായി പല്ലാട്ടുന്ന പോലെ ആടിക്കളി ക്കുന്ന ആ മഹാപാപിയായ ബെഞ്ചിന്റെ മുകളിൽ കയറി ആ പിരീഡ് തീരുന്നത് വരെ ഞങ്ങൾ ബാലൻസ് ചെയ്ത് നിന്നു. ശേഷം ബെല്ലടിച്ച ആശ്വാസത്തിൽ താഴെ വീഴാതെ പതുക്കെ വളരെ ശ്രദ്ധിച്ച് പൊക്കിയ കൈകൾ താഴ്ത്തി പരസ്പരം കോർത്തു പിടിച്ച് ഇറങ്ങാൻ നേരം അതാ അടുത്ത അലർച്ച "ഒറ്റാന്നവിട്ടന്നെറങ്ങി പോകരുത്... അവിടെ തന്നെ നിന്നോ" തീർന്നില്ലേ കഥ. അന്നാണെങ്കിൽ ഇംഗ്ലീഷും ബയോളജിയും ഉണ്ട്. രണ്ടും ക്ലാസ്സ് ടീച്ചറായ ശ്രീകൃഷ്ണൻ സാറാണ് എടുക്കുന്നത്. നല്ല വൃത്തിയായി ഇൻസൈഡെല്ലാം ചെയ്ത് മുടി എണ്ണയിട്ട് പറ്റിച്ച് നെറുകയിൽ ചെറുതായി നീണ്ടമലനിര പോലെ പൊക്കിയിറക്കി മുടി ചീകി, നല്ല നീണ്ട ചൂരല്യം വീശി വരുന്ന നീണ്ട മെലിഞ്ഞ വൃത്തിയുള്ള രൂപം മനസ്സിൽ തെളിഞ്ഞു. അടുത്ത അടിയും ഉറപ്പ്. മാത്രമല്ല സാറിന്റെ മുന്നിൽ നല്ലപിള്ള ചമഞ്ഞ തെല്ലാം വെറുതെയാകും. ഇങ്ങനെയെല്ലാം ചിന്തിച്ച് നിൽക്കുമ്പോഴാണ് ബീ ക്ലാസ്സിലേക്ക് ഹിന്ദി പഠിപ്പിക്കാൻ സ്നേഹനിധിയായ കുര്യാക്കോസ് മാഷ് പോകുന്നത്. മാഷ് പാസ്സ് ചെയ്യുന്നതിനിടയിൽ ഈ ദയനീയ കാഴ്ച കണ്ട് അലിവു തോന്നിയിട്ടാ വാം "എന്നാ പറ്റി മക്കളേ..." എന്ന ചോദിച്ച് ഒരു രക്ഷകനായി വന്നെ ത്തിയത്. മാഷാദ്യം ബെഞ്ചിമ്മിൽ നിന്ന് താഴെയിറക്കിയ ഞങ്ങളോട കാര്യമാരാഞ്ഞു. ഞാൻ സാറിനോട് എന്റെ സത്യാവസ്ഥ അറിയിച്ചു. സത്യായിട്ടും മാഷേ എനിക്കറിയൂല... അറിയുവാർന്നേൽ ഞാൻ നേരത്തയേ പറയമായിരുന്നു. ഉത്തരം കിട്ടാൻ മാഷ് സുജേനെയും സിനീനേയും മാറി മാറി നോക്കി.

ഏ..ഏ, അവർ നാണം കൊണ്ടാന്ന് തോന്ന പറഞ്ഞില്ല. ഇനിയൊര പൊല്ലാപ്പിനാവില്ലെന്ന കരുതിയ ജാൻസി, ഞങ്ങളഞ്ച പേരിലൽപ്പം ബോൾഡായിട്ട് അവളെ ഉള്ളു. കാര്യം പറഞ്ഞു.

"അത്, അത് പിന്നെ ഡാഷ് സാർ... സിബ്ബിട്ടില്ലായിരുന്നു. അത് ഞങ്ങളെ കാണിച്ച് തന്നത്‌ലിഖിതാ... അല്ലാതെ ഞങ്ങളാദ്യം നോക്കിയിട്ടേ...യില്ല. കാര്യങ്ങളുടെ ഗൗരവം ഇത്രു സീരിയസാണെന്ന്‌മനസ്സിലാക്കിയ ഞാൻ അന്തംവിട്ട് കുന്തം വിഴങ്ങിയ പോലെ നിന്നു. കാണാൻ പറ്റീലേല്ലം ആ സിബ്ബ് വല്ലാത്തൊര സിബ്ബ് തന്നെയായിരുന്നു.

പരിപ്പവട

കാ ഇ ഇളച്ചകയറ്റുന്ന കെ.എസ്.ആർ.ടി.സി ബസ്സിന്റെ ഹോണടി കേട്ട് ഞെട്ടിയുണർന്ന ഞാൻ ചുറ്റും നോക്കി. ഞാനെന്താ ഇവിടെ? ഞാനെന്നോട് തന്നെ ചോദിച്ച. അമ്പരപ്പോടെ ചുറ്റിലും നോക്കി. ഒന്നും മനസ്സിലായില്ല. സീറ്റിലെഴുന്നേറ്റ നിന്ന് നോക്കി. കുറച്ച് സീറ്റുകളിലങ്ങിങ്ങായി കുറച്ച് പെണ്ണങ്ങളും കുട്ട്യേളും ഇരിക്കുന്നുണ്ട്. എന്റെ സീറ്റിന്റെ മൂലയിൽ ഞാൻ കഴിച്ച പാതി വച്ച പരിപ്പവട! സീറ്റിനടിയിലേക്ക് വീണു പോകാതിരിക്കാൻ വേണ്ടി കഷ്ട പ്പെട്ട് പിടിച്ചിരിക്കുന്നു. പാവം ഞാനതിനെ ചാടിയെടുത്ത്, അതിമ്മൽ സീറ്റിലെ പൊടിയെങ്ങാനുമായിട്ടുണ്ടെങ്കിൽ പൊയ്ക്കോട്ടെന്ന് കരുതി കുപ്പായത്തിൽ വൃത്തിയായി ഇടച്ച്, ശേഷം ടാവ്വലിൽ പൊതിഞ്ഞെടുത്ത് കയ്യിലൊതുക്കിപ്പിടിച്ച. ഒരു കടി കൂടി കടിച്ചാലോന്ന് കരുതി വായില് വച്ചപ്പോഴാണ് കിച്ച മോൾടെ മുഖം മനസ്സിൽ തെളിഞ്ഞത്. വേണ്ട കടിച്ച് കടിച്ച് തീർന്നു പോയാപ്പിന്നെ അവൾക്ക് കൊടുക്കാനി ണ്ടാവില്ല, പാവല്ലെ അവൾക്ക് വേണ്ടി വാങ്ങുന്ന ബിസ്ക്കറ്റും പഴങ്ങളുമെല്ലാം അവൾ സ്നേഹത്തോടെ തരുന്നതല്ലേ? ഇന്നലേം കൂടി പാവം അവൾടെ കറുത്ത മുന്തിരി മുഴുവൻ ഞാനാ തിന്നത്. അവളൊന്നോ രണ്ടോ എങ്ങാനും തിന്നാലായ്. വെറും പതിനൊന്നു മാസം മാത്രം പ്രായമുള്ള മുട്ടിലിഴയു ന്ന അവൾക്ക് ഏട്ടത്തിയമ്മ കറുത്ത മുന്തിരി തോലും കുരുവും കളഞ്ഞ് അവൾക്ക് സ്വന്തം പെറുക്കി തിന്നാൻ പാകത്തിന് പ്ലെയ്റ്റിൽ നിരത്തി വച്ച കൊടുക്കും. അവൾക്ക് കൊതിക്കുടെണ്ടെന്നു കരുതി എനിയ്ക്കും തോലോട്ടുള്ള മുന്തിരി അപ്പാടും തരും. രണ്ടാം ക്ലാസ്സുകാരിയായ എനി യ്ക്കത് തിന്നാനത്ര സമയമൊന്നും വേണ്ടല്ലോ? ഞാനെന്റെ ജോലി വേഗം തീർത്ത് പാത്രം അടുക്കളയിൽ കൊണ്ടു കൊടുക്കും. ശേഷം അവളെ കളിപ്പിയ്ക്കാനോടി പോകും. നല്ല രസമുള്ള കളികളായിരുന്ന ഞങ്ങളന്ന് കളിക്കുക. അവൾ മുട്ടിൽ നിന്ന് കൊണ്ട് ഒരു പ്രത്യേക

താളത്തിൽ തുള്ളി കളിച്ച കൊണ്ട് കുരുവും തോല്യം കളഞ്ഞ അവളുടെ മുന്തിരി ഒന്നൊന്നായി എന്റെ വായിലിട്ടു തരും. അവൾ ചെറുതാണേലും ഭയങ്കര സാമർത്ഥ്യകാരിയാട്ടോ. ഓരോന്ന് വീതമേ എന്റെ വായിലിട്ട തരൂ, മാത്രമല്ല അതിട്ടതിന്റെ ശേഷം കൈകൊട്ടി കൊണ്ട് കുടുകുടാന്ന് ഒരു ചിരിയുണ്ട്. അത് കാണാൻ തന്നെ എന്തൊരു ശേലാണെന്നോ. അങ്ങനെ രസകരമായ ആ കളി പാത്രത്തിലെ മുന്തിരി തീരുന്നതുവരെ ഞങ്ങൾ കളിക്കും. ചില ദിവസങ്ങളിൽ അവൾ വീണ്ടും വേണമെന്ന് വാശി പിടിച്ച കരയുമ്പോൾ ഏടത്തിയമ്മ രണ്ടാമതും ഇട്ട കൊടുക്കാ റിണ്ടേട്ടാ. ആ പാത്രം തിരിച്ചേൽപ്പിക്കുമ്പോൾ ഒടുക്കത്തെ പണി തിരക്കിനിടയിലും പാവം ഏട്ടത്തിയമ്മ അടുക്കള വാതിലിലൂടെ പൂമുഖത്തിരിക്കുന്ന ആ കൊച്ച മിടുക്കിയെ നോക്കി ഗുഡ് ഗേൾ എന്ന് പറഞ്ഞ് കൈയ്യയർത്തി കാണിക്കും. യഥാർത്ഥത്തിൽ രണ്ടാം ക്ലാസ്സ കാരിയായ ഞാനാണ് ഗുഡ് ഗോളെന്ന് പറഞ്ഞ് തിരുത്താനൊന്നും ഞാൻ പോകാറില്ല. കാരണം പ്രശംസ എനിക്ക് പണ്ടേ യിഷ്ടമല്ലായി രുന്നു. എന്തായാലും എന്നെ അത്രത്തോളം സ്നേഹിക്കുന്ന അവൾക്കിത് എന്തായാലും ഞാൻ കൊണ്ട കൊടുക്കും. കുഞ്ഞി കഷ്ണാക്കി പാത്രത്തി ലിട്ട് കൊടുത്താ ചെലപ്പം അവളെന്റെ വായിൽ തന്നെയിട്ട തരാനും മതി. അതുകൊണ്ടതന്നെയാണ് കണ്ണ കാണിക്കാൻ കോഴിക്കോട് മെഡിക്കൽ കോളേജിൽ പോയി വരുന്ന വഴിയ്ക്ക് ബസ് സ്റ്റാൻഡിലെ ചായക്കടയിൽ നിന്നും അച്ഛൻ പാല്യം വെള്ളോം പരിപ്പവടയും വാങ്ങി തന്നപ്പോ ഞാൻ മുഴുവൻ തിന്നാണ്ടേ സൂക്ഷിച്ച് വച്ചത്. അച്ഛൻ മുഴുവൻ തിന്നാമ്പറഞ്ഞപ്പോ, തിന്നു കഴിഞ്ഞെന്നമാതിരി അമ്മ കൈയ്യും മറ്റം തുടയ്ക്കാൻ തന്ന ടൗവ്വലിൽ പൊതിഞ്ഞു വച്ചത്.

പെട്ടന്നൊരു ഞെട്ടലോടെ ഞാൻ വീണ്ടും സീറ്റിലേക്ക് ചാടിയെഴുന്നേറ്റ് നിന്ന് അച്ഛാ...ന്ന് ഉറക്കെ വിളിച്ച കരഞ്ഞു. അച്ഛനെങ്ങാനും എന്നെ വഴി യിലുപേഷിച്ച് പോയതാണേൽ ഞാനീ പരിപ്പവട എങ്ങനെ കിച്ചവിന് കൊടുക്കും. എന്റെ സങ്കടം ഇരട്ടിച്ചു. ഞാനതോർത്തു കരയുന്നത കേട്ടി ട്ടാണെന്ന തോന്നുന്ന അച്ഛനോടിവന്നെന്നെ എടുത്തു. "മോള് പേടിച്ച പോയോ? ആളുകൾക്ക് മൂത്രമൊഴിക്കാനും ചായ കുടിക്കാനുമായി ബസ് സൈഡാക്കിയതല്ലേ. മോളുറക്കമായതുകൊണ്ട് അച്ഛനൊരു സിഗററ്റ് വലിക്കാനായി പുറത്തിറങ്ങിയതല്ലേ? "എന്നു പറഞ്ഞ് അച്ഛനെന്നെ തോളത്തെടുത്തു കിടത്തി. അച്ഛന്റെ വെള്ള ഷർട്ടിൽ പരിപ്പവടയിലെ എണ്ണ പുരളാതിരിക്കാൻ ഞാൻ ടൗവ്വലിൽ പൊതിഞ്ഞ വട നീട്ടി പിടിച്ചു. കാരണം മകളാണെന്ന് കരുതി അച്ഛനെയും മുഷിപ്പിക്കരുതല്ലോ?

വളപ്പൊട്ടുകൾ

ചെണ്ടമേളത്തിന്റെയും ഉച്ചഭാഷിണിയുടെയും ഒച്ച കാരണം പരസ്പരം പറയുന്നതൊന്നും മനസ്സിലാകുന്നില്ല. തിരക്കിൽ പ്പെട്ട് പോകാതിരിക്കാൻ എന്റെയും സിറിയേച്ചിയുടെയും കയ്യിലമ്മ മുറിക്കി പിടിച്ചിരിക്കയാണ്. സിറിയേച്ചിയുടെ പനങ്കുല പോലെയുള്ള മുടിയും, സിനിമാ നടി പാർവ്വതിയുടെ പോലത്തെ കണ്ണുകളും ഒറ്റനോട്ട ത്തിൽ തന്നെ ഏതൊരാൾക്കും ഇഷ്ടം തോന്നുന്ന സൗന്ദര്യം ഒരു ശാപ മായിരുന്നതിനാൽ എന്നേക്കാളേറെ അമ്മ ശ്രദ്ധിച്ചിരുന്നത് ചേച്ചിയേ തന്നെയായിരുന്നു. മുന്നിൽ ബോഡീ ഗാർഡായി നടക്കുന്ന അച്ഛന്റെ പുറകേയാണ് ഞങ്ങൾടെ നടപ്പ്. ഞങ്ങൾ മാത്രമല്ല കൂട്ടത്തിൽ ശിവായി ചേച്ചിയും അവരുടെ രണ്ട് പെൺമക്കളും ലച്ചും മൂത്തമ്മയും അമ്മായിയും ശശിയേച്ചിയും ഹംസക്കാന്റെ മക്കളായ റംഷീദയും സുബൈർക്കയും തൊട്ടപ്പറത്തെ വീട്ടിലെ ഔളക്കയും ഓനായി ചേട്ടന്റെ മകൾ ബിന്ദുവും വിനുവേട്ടനും ഒക്കെയുണ്ടായിരുന്ന കൂട്ടത്തില്.

കണിയാമ്പറ്റ അയ്യപ്പ ക്ഷേത്രത്തിലെ മൂന്നു ദിവസത്തെ ഗംഭീര ഉത്സവത്തിന്റെ അവസാന ദിവസമാണ്. വലിയ മൈതാനം നിറയേ കച്ചവടക്കാർ. ബലൂൺ വിൽക്കുന്നവർ, മധുര മിഠായികളും കടലയും കൊണ്ടു നടന്നു വിൽക്കുന്നവർ, വളക്കടകൾ, പൊരി വിൽക്കുന്നവർ, വാച്ചുകടക്കാർ... ഇങ്ങനെ പോകുന്ന കച്ചവടക്കാരുടെ നിരകൾ. എന്റെയും ലച്ചന്റെയും കണ്ണു മുഴുവൻ പല നിറത്തിൽ അട്ടുക്കി വച്ചി രിക്കുന്ന വളക്കടകളിലേക്കായിരുന്നു. ഓരോ കടകളുടെ മുന്നിലെ ത്തുമ്പോഴും ഇലാസ്റ്റിക് പോലെ അമ്മയുടെ കൈകൾ അറിയാതെ വലിയും. ഒരു രക്ഷയുമില്ല. എത്രയും പെട്ടന്ന് നടയ്ക്കലെത്തി തൊഴുത് പ്രസാദവും വാങ്ങി നാടകം തുടങ്ങുന്നതിനു മുമ്പ് സ്റ്റേജിന്റെ മുമ്പിലെ ത്തി സീറ്റ് പിടിക്കാനുള്ള തന്ത്രപ്പാടിലാണ് ശിവായി യേച്ചിയും അമ്മേം

മുത്തമ്മയുമെല്ലാം. പെട്ടന്നാണ് എഴുന്നള്ളത്തെത്തിയത്. ആനയും അസാടിയുമായി ആയിരക്കണക്കിന് ആളുകൾ ഒന്നിച്ചെത്തിയപ്പോൾ, കൂട്ടം തെറ്റി പോകാതിരിക്കാൻ വേണ്ടി അമ്മ കൈ മുറുക്കേ പിടിച്ചു. അതിനിടയിലാണ് കൃഷ്ണൻകുട്ടിയേട്ടനെയും ഇന്ദിരേച്ചിയേയും ഞങ്ങൾ കണ്ടുമുട്ടുന്നത്. ഞെക്കമ്പോ ലൈറ്റ കത്തുന്ന വാച്ചെല്ലാം കെട്ടി, കുര ങ്ങന്റെ രൂപത്തിലുള്ള ബലൂണും പിടിച്ച് നിലക്കടല കൊറിച്ച കൊണ്ട് തെല്ലൊരഹങ്കാരത്തിൽ നിൽക്കുന്ന ബാബുവിനെ കൃഷ്ണൻ കുട്ടിയേട്ടൻ ചേർത്തുപിടിച്ച് നിൽക്കുന്നത് കണ്ട് എനിക്കും ലച്ചനും വല്ലാത്ത അസൂയ തോന്നി. കൗതുകത്തോടെ അവന്റെ വാച്ചിലൊന്ന് തൊട്ടപ്പോഴേക്കും അവൻ കൈ തട്ടി മാറ്റി. ഇതു കണ്ടു നിന്ന ഇന്ദിരേച്ചി കുട്ടികൾക്കെന്തേ ല്ലും വാങ്ങിക്കൊട്ടക്കേട്ടാ എന്നാക്ഷൻ കാണിച്ചു. കൃഷ്ണൻ കുട്ടിയേട്ടൻ ഞങ്ങളെ കൂട്ടി കടയിലേക്ക് പോകാൻ നോക്കിയപ്പോൾ അമ്മ തടഞ്ഞു. അയ്യോ! വേണ്ട അവർക്കെല്ലാം വാങ്ങിയതാ വേണ്ട വേണ്ട എന്ന് പറഞ്ഞു.

എപ്പോ? എന്ത് വാങ്ങി? എങ്ങനെ വാങ്ങി? ഞങ്ങളാശ്ചര്യത്തോടെ അമ്മയേയും മൂത്തമ്മയേയും മാറി മാറി നോക്കി. മൂത്തമ്മ അതിനിടയിൽ കണ്ണിറുക്കി കാണിച്ചു. അവർ പോയപ്പോൾ ലച്ച ചോദിച്ച എളാമയെ ന്തിനാ അവരോടങ്ങനെ പറഞ്ഞേ? ഞങ്ങക്കൊന്നും വാങ്ങീട്ടില്ലല്ലോ?

കതിരും, കാപ്പി പരിപ്പും, കുരുമുളക് പെറുക്കിയതുമെല്ലാം കൂടി കൊടുത്ത് എന്റെ കയ്യിൽ ഇരുപത്തിയേഴ രൂപയും ലച്ചന്റെ കയ്യില് പതിനെട്ടു രൂപയും ഉണ്ടായിരുന്നു. എല്ലാ വർഷവും ഉത്സവമാകുമ്പോ ഴേക്കും വയലിൽ കൊയ്ത്ത് കഴിഞ്ഞ് കണ്ടത്തിൽ അവിടവിടെ വീഴുന്ന കതിര പെറുക്കി നെല്ല് പതിച്ചെടുത്താൽ ഒരു സേറിന് അമ്പതു പൈസയും, വള്ളിയുടെ താഴെ വാടി വീഴുന്ന കുരുമുളക് ദിവസവും പെറുക്കി ഒണക്കി സേറിന് കിട്ടുന്ന ഒരു രൂപയും, വവ്വാല് തിന്നിട്ടുന്ന കാപ്പിപ്പരിപ്പ് പെറുക്കി ഒണക്കി സെറിന് കിട്ടുന്ന അമ്പതു പൈസയും കൂടി കൂട്ടി കൂട്ടിവച്ചും, വിഷു കൈനീട്ടം കിട്ടുന്ന പൈസയും എല്ലാം കൂടി പൗഡറിന്റെ ടിന്നിലിട്ട് സൂക്ഷിച്ച് ഉത്സവത്തിന്റെ അന്നാണ് ഒരു കൊല്ലം സൂക്ഷിച്ച ടിന്ന് പൊട്ടിക്യാ.

ഞാനും ലച്ചും ഒരേ സ്വരത്തില് ചോദിച്ചു. "ഞങ്ങളേല്ലുള്ള പൈസയോണ്ട് റംഷീദയേയും കൂട്ടിപ്പോയെന്തേല്ലും വാങ്ങട്ടെ". ഉടൻ തന്നെ അമ്മയുടെ കനത്ത സ്വരം. "ഇപ്പം വാങ്ങണ്ട ഭയങ്കര വിലയായിരിക്കും. നാടകം കഴിഞ്ഞ് പോകുമ്പോൾ പൊലച്ചു്ു് വാങ്ങാം. അന്നേരാവുമ്പം പൈസയും കുറയും". ഞങ്ങളനുസരണയോടെ നിന്നു. വളക്കടയിലെ

നീല കുപ്പിവളയിലേക്കും വർണ്ണഭംഗിയാർന്ന ബല്ലുണകളിലേക്കും ഞങ്ങൾ കൊതിയോടെ നോക്കി നിന്നു. ഹാവ്വ എങ്ങനേലും നേരം വെളുത്താൽ മതിയായിരുന്നുവെന്ന്. വല്ലാ... ണ്ടാശിച്ചു. പെട്ടന്നാണ് അത് സംഭവിച്ചത്. പൊരിയും വാങ്ങി ഓടി പോകുന്ന ഒരു ചെക്കൻ കുറച്ചകലേയായി നിറയേ കുപ്പി വളകൾ വാങ്ങി കൈയ്യിൽ പിടിച്ച നിൽ ക്കുന്ന ഒരു പെൺകുട്ടിയെ തട്ടിയിട്ടോടി മറഞ്ഞത്. അവൾ വീണപ്പോൾ അവളടെ കയ്യിലുണ്ടായിരുന്ന കുപ്പിവളകളെല്ലാം താഴെ വീണ് പൊട്ടി പ്പോയി. സഹതാപം തോന്നിയ ഞാനോടി അവളുടെ അടുത്തെത്തി. അപ്പോഴേക്കും അവളുടെ അമ്മ ആ ചെക്കനെ ചീത്തവിളിച്ച കൊണ്ട് അവിടെ നിന്നും എങ്ങോട്ടോ അവളെയും കൊണ്ട് മറഞ്ഞുപോയി. കുടുംബക്കാരെ ആരെയോ കണ്ട് സംസാരിക്കുന്നതിനിടയിൽ ഞാൻ കയ്യിൽ നിന്ന് വിട്ടുപോയത് അവരാരും അറിഞ്ഞില്ല. എഴുന്നള്ളത് മൈതാനമുറ്റത്തെത്തി. ആൾക്കൂട്ടവും ബഹളവും കാരണം എല്ലാവരും തിക്കിത്തിരക്കി അങ്ങോട്ടുമിങ്ങോട്ടുമായിപ്പോയി. ഞാൻ മൂത്തമ്മയുടെ കൂടെയുണ്ടാകുമെന്ന് അമ്മ സമാധാനിച്ചു. അച്ഛനാണെൽ ഉത്സവ കമ്മറ്റിക്കാർ വിളിച്ചിട്ട് പോകുകയും ചെയ്തു.

തിരക്കൊന്ന ശമിച്ചപ്പോൾ അവർ പരസ്പരം കണ്ടുമുട്ടി. അമ്മയുടെ കണ്ണുകൾ എന്നെ കാണാഞ്ഞ്. വെപ്രാളത്തോടെ ചുറ്റിലും പരതി. എവിടെയും കാണുന്നില്ല. നിങ്ങളുടെ കൂടെയുണ്ടാവുമെന്ന് മൂത്തമ്മയോട് പരാതിപ്പെട്ട അമ്മ അവരെയെല്ലാവരേയും ഒരുമിച്ച നിർത്തിയതിനു ശേഷം ശിവായിയേച്ചിയുടെ മൂത്ത മോള് ഉഷേച്ചിയേയും കൂട്ടി എന്നെ തപ്പി നടന്നു. എവിടെയും കാണാഞ്ഞ് അച്ഛനോടും കമ്മറ്റിക്കാരോടും ഓടിച്ചെന്ന് പഠിപ്പിസ്റ്റായ ഉഷേച്ചി കാര്യമറിയിച്ചു. ഉടനെ അവരോട് മൈക്കില്ലടെ വിളിച്ച പറയാനാവശ്യപ്പെട്ടു.

ഉടൻ തന്നെ മൈക്ക് പോയിന്റിലുണ്ടായിരുന്ന ആൾ മൈക്കില്ലടെ വിവരമറിയിച്ചു. "പതിനൊന്ന വയസ്സ് തോന്നിക്കുന്ന വെളുത്ത തടിച്ച നീലയുടുപ്പിട്ട പിഞ്ചു ബാലികയേ ഈ മൈതാനത്ത നിന്നും ഒരു മണിക്കൂർ മുമ്പ് കാണാതാ യിട്ടുണ്ട്. കണ്ടു കിട്ടുന്നവർ എത്രയും പെട്ടന്ന് മൈക്ക് പോയിന്റിലെത്തി വിവരമറിയിക്കുക." അനൗൺസ് മെൻറ് തുടർന്നുകൊണ്ടേയിരുന്നു.

ഇതൊന്നുമറിയാത്ത പാവം ഞാൻ ആ കുട്ടി വീണ് പൊട്ടിയ വളപ്പൊ ട്ടുകൾ പെറുക്കി എടുക്കുന്ന തിരക്കിലായിരുന്നു. വളരെ ക്ഷമയോടെ ഓരോ കളറും ഡിസൈനിലുമുള്ള വളപ്പൊട്ടുകൾ വേർതിരിച്ച വയ്ക്ക കയായിരുന്നു. ഇപ്പഴേ വേർതിരിച്ചവച്ചാൽ പിന്നെ പണിയില്ലല്ലോ?

അല്ലെങ്കില്ലും ഞാനങ്ങനെയാ ചെയ്യുന്ന പണി നല്ല വൃത്തിക്കേ ചെയ്യൂ. മാത്രല്ല ലച്ച കണ്ടാ അവക്കും കൊട്ടക്കണ്ടി വരും അതു വേണ്ട ഇവിട്ന്ന തന്നെ വൃത്തിയാക്കി കൊണ്ടുപോകാം. പെട്ടന്ന് വലിയൊരു മനുഷ്യൻ മുന്നിൽ വന്നു നിന്നത് അത്ര കാര്യാക്കാതെ ഞാനെന്റെ പണിയിൽ മുഴുകി. "മോളേ... മോളെന്തൊ പണിയാ കാണിച്ചേ... നിന്നെ തെരഞ്ഞ ല്ലാരും നടക്കുമ്പോ നീയിവിടിരി ക്യാ "എന്നുള്ള കൃഷ്ണൻ കുട്ടിയേട്ടന്റെ പറച്ചിൽ കേട്ട് ഞാൻ വളപ്പൊട്ടും വാരി ചാടിയെണീറ്റു. നിക്ക് ഒരു മിനിട്ട് ഞാനിനിയും കൂടി വാരിയെടുക്കട്ടെ എന്നു പറഞ്ഞ് വാരുമ്പോഴേക്കും കൃഷ്ണൻ കുട്ടിയേട്ടൻ എന്നെയും വലിച്ച് മുന്നോട്ട പോയി. സങ്കടം കൊണ്ട് പൊട്ടിക്കരഞ്ഞ അമ്മ തിരിച്ചും മറിച്ചും തല്ലിയപ്പോഴും പെറുക്കിയട്ടുക്കി വച്ച ബാക്കി വളപ്പൊട്ടുകൾ എടുക്കാത്തതിലായിരുന്നു എനിയ്ക്ക് സങ്കടം.

പൊരിഞ്ഞ തല്ല്

"**മോ**ന്തിയാക്കേ... ഒന്നോടി വരീ... ഇവനെന്നെ കൊല്ലുന്നേ..." എന്നുള്ള കരച്ചിൽ കാതിൽ അലയ ടിച്ച കേട്ടപ്പോൾ, ഒക്കൽ കഴിഞ്ഞ് കന്നുകാലികൾക്കാവശ്യമായ വൈക്കോൽ മരമുരിക്കിന ചുറ്റും വലിയ കൂനയായി അട്ടിയിട്ടതിന ള്ളിൽ പഴക്കാൻ വച്ച സീതാപ്പഴം തപ്പിയെടുക്കുന്നത് വേണ്ടെന്നുവച്ച് ഞങ്ങളെല്ലാവരും സുമേച്ചീടെ അടുത്തേക്കോടി. എന്റെ വീട് കഴിഞ്ഞ് മൂന്നാമത്തെ വീടാണത്. അതായത് ബാബുന്റെയും ഷീബേ ന്റെയും വീടി നപ്പുറം. സ്ഥിരം തല്ലുണ്ടാക്കാറുണ്ടെങ്കിലും ഇത്രയും ഒച്ചപ്പാട് കേൾക്കുന്ന തിതാദ്യായിട്ടാ. കാർത്തിയാനി യേച്ചിയും ദാമുവേട്ടനും പണിക്ക് പോയി കഴിഞ്ഞാൽ പിന്നെ, പത്താം ക്ലാസ്സിൽ പഠിക്കുന്ന ഷിബുവേട്ടനും വെറും രണ്ട് വയസ്സിന് വ്യത്യാസമുള്ള എട്ടിൽ പഠിക്കുന്ന സുമേച്ചിയും മാത്രേ അവിടെ ഉണ്ടാവു. രണ്ടെണ്ണവും കൂടി എപ്പോഴും പൊരിഞ്ഞ തല്ലാ. എപ്പം നോക്കിയാലും. ഒന്ന പറഞ്ഞാ രണ്ടാമത്തേതിന് സുമേച്ചീന്റെ കറുത്ത ചുരുണ്ട കാർക്കൂന്തലിന് ഒറ്റപ്പിടിയാ! ആ കുത്തിന് പിടി ഒരൊ ന്നൊന്നര പിടിയ. വേദന കൊണ്ട് പുളഞ്ഞു പോകും സുമേച്ചി. എന്നാ പിന്നെ എത്ര കൊണ്ടാലും പഠിക്കോ അതും ഇല്ല. കിട്ടേണ്ടത് ഇരന്ന് വാങ്ങിക്കാനായി ഓരോന്ന് പുറകെ നടന്ന് കണ്ടുപിടിക്കും, വല്ല്യ സത്യ സന്ധക്കാരി. സുമേച്ചിയേ അങ്ങനങ്ങ് കൂറ്റം പറഞ്ഞിട്ട കാര്യല്ലാട്ടോ അമ്മാതിരി കയ്യിലിരിപ്പാ ഷിബുവേട്ടന്റെത്. പ്രായത്തിൽ മൂത്തയാളെന്ന ജാടയിൽ എപ്പഴും ഷിബുവേട്ടന് മെയിനാളാവണം. ഞങ്ങള് പിന്നെ പേടിച്ചിട്ടൊന്നും മിണ്ടൂല. പക്ഷേ സുമേച്ചിയങ്ങനല്ല, പ്രതികരിക്കും. നേരിന വേണ്ടി പോരാടി മരിക്കാനും തയ്യാറാ. അതിന്റെ ഫലമാണീ അനുഭവിക്കുന്നതെല്ലാം.

ഇന്നലത്തന്നെ ഞങ്ങളമ്പലമുണ്ടാക്കി കളിക്കുമ്പോൾ എമ്പ്രാശൻ

ഷിബ്യവേട്ടനാകണം. എന്തേലും ആയിക്കോട്ടേന്ന് കരുതി ഞങ്ങള്
വിട്ടുകൊടുക്കും. ഞങ്ങളമ്മയേ സോപ്പിട്ട് ചെരുവിന്റെകത്തു നിന്ന്
റോബസ്റ്റ പഴമിരിഞ്ഞ് വട്ടത്തില് കനം കുറച്ച് മുറിച്ച് പഞ്ചസാരയും
ചേർത്തിളക്കി അതിലൊരു സ്പൂണിട്ട്, അച്ഛന്റെ പഴയ മുണ്ട് കൂടാരമായി
കെട്ടിയതാണ് അമ്പലം. ഞങ്ങൾ ചുറ്റിത്തൊഴുതു വരുമ്പോഴേക്കും
എമ്പ്രാശനായ ഷിബ്യവേട്ടൻ ഞങ്ങൾക്ക് സ്പൂണകൊണ്ട് ഓരോ പഴ
കഷ്ണം പ്രസാദമായി തരും. എന്നിട്ട് ഞങ്ങൾ ചുറ്റന്ന സമയം മൂപ്പരാ പഴം
മെല്ലെ ആരും കാണാതെ സാപ്പിട്ടം. വീണ്ടും പാവം പോലെയിരുന്ന്
ഞങ്ങൾക്കോരോ കഷ്ണം മാത്രം തരും. എന്നിട്ട് പാവം താനൊന്നും
തിന്നില്ലെന്ന മാതിരി യിരിക്കും. ഈ ഒളിച്ച് കഴിക്കുന്നത് കണ്ടുപിടിച്ച
'സുമേച്ചി കച്ചറയിണ്ടാക്കി. അയുപിന്നെ ഭൂലോക കച്ചറയായി മാറി.
സുമേച്ചിന്റെ കത്തിന് പിടിച്ച് നല്ലോണം കൊടുത്തു. വീട്ടിൽ നിന്നും
ഓടി രക്ഷപ്പെട്ട സുമേച്ചി അവളുടെ വീട്ടിലെ വാതിലിന്റെ മറവിൽ
ഒളിച്ച് നിന്നു. കാണാതിരിക്കാൻ മന്തിര കൊണ്ട് മറച്ച പിടിച്ച. പുറകെ
ഷിബ്യവേട്ടനും ഓടി. അവിടെ എന്തെങ്കില്ലുമെല്ലാം സംഭവിക്കുമെന്ന
ഞങ്ങളുടെ നിഗമനം ഒട്ടും തെറ്റീല. സുമേച്ചിക്കൊരു കഴപ്പുണ്ട്. നിസ്സാര
തല്ലിന പോല്യം അക്കരക്കുന്നിലെ ആളകളെ വിളിച്ച് രക്ഷിക്കണേ.......
ന്ന് പറഞ്ഞ് കരയും. അതാണെങ്കിൽ ഒട്ടക്കത്തെ ഒച്ചയായതിനാൽ
അക്കരയുള്ളവരെല്ലാം ഓടിയെത്തും. ഇതിപ്പൊരു പതിവ് സംഭവമായ
തോണ്ടവരെല്ലാം വരുത്തും നിർത്തി.

ന്തായാലും ഞങ്ങളോടി പോയപ്പോൾ കണ്ട കാഴ്ച അതിഭയാന
കമായിരുന്നു. ഒച്ച വച്ച് കരയാതിരിക്കാൻ വായിൽ ഇൂണി തിരുകി
പായയിൽ ചുരുട്ടിക്കെട്ടിയിരിക്കുന്നു. എന്റമ്മ സംഭവമറിഞ്ഞ് ഞങ്ങടെ
കൂടെ ഓടി വന്നതോണ്ടിന്നലെ സുമേച്ചി ചാവാതെ രക്ഷപ്പെട്ട.
ഇന്നത്തെ കാരണമറിയാൻ ഞങ്ങൾ ആകാംക്ഷയോടെ നോക്കി നിന്നു.
അപ്പോഴേക്കും വയലിൽ വാഴപ്പണിയെടുത്തോണ്ടിരുന്ന വർഗ്ഗീസേട്ടനും
ഹംസക്കയും ഓടിയെത്തി. കാര്യം ആകെ വഷളായി. പണി കഴിഞ്ഞ്
വരുന്ന അച്ഛനിതറിഞ്ഞാൽ പൊരിഞ്ഞ തല്ല് കിട്ട മെന്നുള്ള ഉറപ്പും,
വർഗ്ഗീസേട്ടനും ഹംസക്കയും അറിഞ്ഞ നാണക്കേടും എല്ലാം കൂടി
സഹിക്കാൻ പറ്റാഞ്ഞിട്ടാണെന്ന് തോന്നുന്നു ഷിബ്യവേട്ടൻ തലതാഴ്ത്തി
നിസ്സഹായനായി നിൽപ്പുണ്ട്. ആ നിൽപ്പ് കണ്ടാൽ തോന്നും ഇത്ര
നല്ല ചെക്കൻ ഈ പരിസരത്തില്ലെന്ന്. കാര്യമാരാഞ്ഞ വർഗ്ഗീസേ
ട്ടന്റെയും ഹംസക്കയുടെയും ഞങ്ങളുടെയും മുഖത്ത് മാറി മാറി നോക്കി
കൊണ്ട് സുമേച്ചി സങ്കടത്തോടെ താഴെ ചിതറിക്കിടക്കുന്ന ഇളം പഴ
പ്പുള്ള കറുമൂസ ച്ചുണ്ടി കാണിച്ചിട്ട് പറഞ്ഞു, "ഇവനാ കറുമൂസ വലിയ

കഷണമെടുത്തിട്ട് എനിക്ക് ചെറിയ കഷണം തന്നു, ഇവനെപ്പഴം അങ്ങനാ. അമ്മ രണ്ടാളോട്ടം ഒരേ പോലെ എടുത്തോളാൻ പറഞ്ഞിട്ട് വച്ച പോകുന്ന സാധനങ്ങളെല്ലാം എനിക്ക് ചെറുതേ തരുള്ള" സുമേച്ചി യ്ക്ക് സങ്കടം സഹിക്കാൻ കഴിയാതെ പൊട്ടി പൊട്ടി ക്കരഞ്ഞു." ഇതിനെല്ലാം എന്താ... പറയ്യ, ചട്ട അടി കിട്ടാത്തതിന്റെ കൊറവാ രണ്ടിനും എന്ന് പറഞ്ഞ് ഹംസക്ക നടയിറങ്ങിപ്പോയി. മെലിഞ്ഞും തടിച്ചും മണ്ണിൽ പുരണ്ടു കിടക്കുന്ന കറുമ്പസ നോക്കി ഒരു നീണ്ട നെടുവീർപ്പിട്ടുകൊണ്ട് "ഇങ്ങനെയുണ്ടോ ഒരു പൊരിഞ്ഞ തല്ല്..." എന്ന് പറഞ്ഞോണ്ട് വർഗ്ഗീ സേട്ടനും ഹംസക്കയുടെ പുറകെയിറങ്ങിപ്പോയി.

ഞണ്ട് പിടുത്തം

പുറത്തിനിട്ട് കിട്ടിയ അടിയുടെ വേദനയിൽ തോള ഞെരിച്ചോടി മൺമതിൽ വലിഞ്ഞു കയറി മുറ്റത്തിനരികിലെ കിണറ്റിൻ വക്കിലേക്ക് കുളിക്കാൻ ഓടിച്ചെല്ലുമ്പോഴും അടികിട്ടിയ പുറത്തിനേക്കാൾ നീറ്റൽ മനസ്സിനായിരുന്നു. എപ്പഴും വിചാരിക്കും ഇന്നുമുതൽ നന്നാവണമെന്ന്, പക്ഷേങ്കി ഓരോ ദിവസവും ഞാനറിയാതെ ഓരോ ഗല്ലമാലിൽപ്പെട്ട പോണെന്ന് ഞാനെന്താക്കാനാ "ചീത്ത സ്വപ്നങ്ങളൊന്നും കണ്ട് പേടി ക്കരുതേ..., നാളത്തെ ദിവസം നല്ലതായിരിക്കണേ "എന്ന് ദിവസവും മുട്ടി പ്രാർത്ഥിച്ചിട്ടാ രാത്രി പുതപ്പ് തലേക്കൂടി മൂടാ. മാത്രല്ല രാവിലെ എണീച്ചാലും നിലം തൊട്ടുതൊഴുത്" അയ്യപ്പ സ്വാമിയേ... ഇന്നത്തെ ദിവസം നല്ലതാവണേന്ന് "പ്രാർത്ഥിക്കലണ്ട്. എന്നിട്ടെന്താ... കാര്യം? സാരല്യ അയ്യപ്പ സ്വാമിയ്ക്ക് എത്രയാൾടെ പ്രാർത്ഥന നടത്തിക്കൊട ക്കണം. ഇന്ന് ശകുനപ്പിഴപോലെ കണിയായി ദാക്ഷായണിയേടത്തി മുടിയും പറച്ചിട്ട് വരമ്പു മ്മല് നിന്നപ്പോഴെ തോന്നിയ്ക്ക് ഇന്നത്തെ കാര്യം പോക്കാന്ന്.

"മഴക്കാലല്ലേ, തോട്ടിലാണേൽ എപ്പഴാ വെള്ളം കുത്തിയൊലിച്ചെത്ത വാന്ന് പെരുമാൾക്ക് മാത്രേ അറിയൂ. ജന്തുക്കളോട് എത്ര പറഞ്ഞാലും കേൾക്കൂല. കൂട്ടം കൂടിയങ്ങ് പൊയ്ക്കോളാം... അസത്തുങ്ങള്. എന്തേലും പറ്റുമ്പ പഠിച്ചോളാം... നാശങ്ങള് "എന്ന് ശാപവാക്കുകൾ പറഞ്ഞ് പോകുന്ന കുഞ്ഞിവല്ല്യച്ഛനോട്, മതി ഇനി ശപിച്ചാൽ ഞങ്ങ ചാമ്പലായി പോകുമെന്നുള്ള ദയനീയ നോട്ടത്തോടെ ഒരു വള്ളി പൊട്ടി താഴെ ഉങ്ങി കിടക്കുന്ന വള്ളി ട്രൗസ്സറിന്റെ മറ്റേ വള്ളി വൃത്തില് തോളത്തേക്ക വലിച്ചിട്ട് മറ്റേ കൈയ്യോണ്ട് ചന്തിയുഴിഞ്ഞ് നിൽക്കുന്ന രതീഷിനെ നോക്കി ബാബുന്റെ ഒരു വൃത്തിക്കെട്ട ചിരിയുണ്ടല്ലോ, അത് വല്ലാത്ത ഒരു ആക്കി ചിരിയാ. അവനാണേൽ എത്ര കിട്ടിയാലും ഉളപ്പ ല്ല. നല്ലവളായ എന്നേ കൂടി ഇതിൽ ഉൾപ്പെടുത്തിയ കുറ്റബോധത്തോടെ

ലച്ച തല താഴ്ത്തി നിന്നു. അല്ലെങ്കിലും അവൾക്കിപ്പോഴെന്താ? മര്യാദയ്ക്ക്
പട്ടിക മന:പാഠമാക്കാൻ വേണ്ടി ചേതിമ്മലിരുന്ന എന്നേ നിർബന്ധിച്ച്
കൂട്ടി കൊണ്ടോയത് അവളൊറ്റൊരുത്തിയ. ബിവിനേട്ടനും വിനുവേട്ടനും
കൂടി വഴത്തണ്ട മുറിച്ച് പാണ്ടിയുണ്ടാക്കി കണ്ടത്തിലെ വെള്ളത്തി
ലൂടെ തൊഴയ്യുന്നത് കാണാൻ ബാവ്വം രതീഷ്ംപോയിക്കി നമ്മക്കും
പോവാന്ന് പറഞ്ഞ് എന്റെ കയ്യും വലിച്ചോടിയതവളാ. അവളേക്കാ
ളൊന്നര വയസ്സിന് എളേതാ ഞാനെന്ന ബോധം അവൾക്ക് വേണ്ടേ?

ഇവരെല്ലാം പാണ്ടിക്കേറി കളിക്കമ്പോ, മോള് ചെറുതല്ലേ? മോള്
കേറണ്ട വീഴ്ന്ന് വിനുവേട്ടൻ പറഞ്ഞപ്പോ ഞാൻ അനുസരണയോടെ
തോട്ട വരമ്പില് നിന്നതാ. അപ്പഴ പാറ്റയും, ചൊറിച്ചിയും, കൊമ്പിയും
കൂടി ഞണ്ടിനെ പിടിക്കുന്നത് കണ്ടത്. ഞാനങ്ങോട്ട് പോയി നോക്കി
യപ്പോൾ ഒരു ചേമ്പില നിറച്ചും കരിഞണ്ടകളും പാൽ ഞണ്ടകളും
അതിന്റെ കുട്ട്യോളമെല്ലാം പിടച്ച കളിക്കുന്നത് കണ്ടത്. മഴക്കാലത്ത്
അമ്മ ഇടയ്ക്ക് ഒരു സേറ് നെല്ല് കൊടുത്ത് ഇവരോട് ഞണ്ട് വാങ്ങിക്കാറ
ണ്ട്. അത് നന്നാക്കി വെറും ഉപ്പും ചീനാമുളകും മഞ്ഞളും പുരട്ടി വേവിച്ച്
വെള്ളം വറ്റമ്പോൾ ഒരിത്തിരി പച്ചവെളിച്ചെണ്ണയും ഒഴിച്ച്വച്ച ഞണ്ടുകറി
മാത്രം മതി ഒരു പാത്രം ചോറുണ്ണാൻ. എനിക്കൊരു ഞണ്ട് തര്വോന്ന്
കെമ്പിയേ നോക്കി ചോദിച്ചപ്പോഴേക്കും അവൾ ക്രോധത്തോടെ
“കാണി......ഒറ്റയെണ്ണം തരുവക്ടാ...” എന്ന് ഉടങ്ങി എന്തെല്ലാമോ
പുലമ്പി. ദേഷ്യവ്വം സങ്കടവ്വം ഒപ്പം നാണക്കേടും തോന്നിയ എനിയ്ക്ക്
വാശിയായി. പണ്ടേ വാശിക്കൊട്ടും മോശമില്ലാത്ത ഞാൻ സ്വന്ത
മായി ഞണ്ടു പിടിക്കാൻ തീരുമാനിച്ച് കണ്ടത്തിലിറങ്ങി വരമ്പിനോട്
ചേർന്നുള്ള ഞണ്ടും മടയിലൊരെണ്ണത്തിൽ കയ്യിട്ടു. കൃത്യമായെങ്ങനെ
പിടിക്കണമെന്നറിയാത്തതിനാൽ ഞാനടുത്തുള്ള പാറ്റേന നോക്കി.
അവൾ കൈ തോളോളം ഞണ്ടിൻ മടയിലേക്കിട്ട് കമഴ്ന്ന് വരമ്പിലേക്ക്
കിടന്നതുപോലെ ഞാനും കയ്യിട്ട കിടന്നു. “അബാനെ അങ്ങാനെ
പിടിച്ചാ അബാൻ കയ്യിറുക്കുംലേയ്... “എന്നോ മറ്റോ കൊമ്പി അവിടെ
കിടന്ന് കൂക്കിവിളിക്കുന്നുണ്ടായിരുന്നു. അവരുടെ ഭാഷ എനിയ്ക്ക് മനസ്സി
ലാകാത്തതിനാൽ ഞാനാ ഭാഗം ശ്രദ്ധിക്കാൻ പോയില്ല. ചിലപ്പം
ഞാൻ പിടിക്കുന്നതിന്റെ കുശ്രമ്പായിരിക്കും, ഞങ്ങളെ തോട്ടത്തിലെ
ചക്ക മുഴുവൻ കട്ട് പറിച്ചോണ്ടും പോകുന്ന ഇത്ങ്ങക്ക് കുശ്രമ്പിനല്ലേലും
ഒട്ടും കൊറവില്ല. അല്ലെങ്കിലിപ്പൊ ഞാനെന്തിനായിവരെ പേടിക്കണ്ണേ?
ഇതെന്റ്ച്ചന്റെ വയലല്ലേ? പെട്ടന്നെന്തോര നീണ്ട സാധനം എന്റെ
കയ്യിൽ പിടുത്തം കിട്ടി. ഹായ്.... കിട്ടി കിട്ടി ലച്ച.. എനിയ്ക്ക് ഞണ്ടിനെ
കിട്ടിയെന്ന് ഞാൻ സന്തോഷത്തോടെ കൂവി. പക്ഷേ ഞാൻ വലിച്ചിട്ടും

വലിച്ചിട്ടും വരാത്തയകൊണ്ട് എവിടേല്യം തടങ്ങു നിൽക്കുന്നതായിരി
ക്കുമെന്ന് കരുതി ഞാൻ കുനിഞ്ഞ് മാളത്തിലേക്ക് തലയിട്ടു നോക്കി.
നോക്കിയതുമാത്രേ... എനിക്കോർമ്മയുള്ള. അച്ഛാ.... ഓടി വരി... നുള്ള
എന്റെ കാറൽ കേട്ട് പള്ളിയാറ പടിക്കല് കണ്ടം പൂട്ടി കൊണ്ടിരുന്ന
കുഞ്ഞി വല്ല്യച്ഛന് ഞാൻ തോട്ട വെള്ളത്തിലൊലിച്ച് പോയതാവുമെ
ന്ന് കരുതി ഓടി വന്നു. എന്റെ കാറൽ കേട്ട് പേടിച്ചരണ്ട നീർക്കോലി
പോയ വഴിയ്ക്ക് ഇനിയൊരു പുല്ല് പോല്യം മുളക്കില്ല എന്ന സത്യം
ഇവർക്കാർക്കും അറിയില്ലല്ലോ? "പിന്നെ കെമ്പീന്റെ കുശുമ്പ് പറച്ചില്
കേട്ട കുഞ്ഞി വല്ല്യച്ഛൻ അതെങ്ങാനും കടിച്ചീരുന്നേൽ ഏഴ ദിവസാ
അത്താഴ പട്ടിണി കിടക്കണ്ടേ..." നും പറഞ്ഞ് പൂട്ടുകാളകളെ തെളിക്ക
ന്ന വടി കൊണ്ടങ്ങോട്ട് പൊതിര തല്ലാ. തല്ലോട് തല്ല്. എല്ലാത്തിനും
നെരത്തിക്കിട്ടി. ചിന്നിചിതറിയുള്ള ഓട്ടത്തിനിടയിൽ ഞാനെന്റെ കട്ടി
കണ്ണട ഊരി കൈയ്യിൽ പിടിച്ചു. അതു പൊട്ടീട്ടേനി അടുത്ത തല്ലിനുള്ള
വകയാവണ്ട. മണ്ണു മതില് വലിഞ്ഞ് കയറി മുറ്റത്തെത്തുന്നതുവരെ തല്ല്
കൃത്യമായി പുറത്തു കൊള്ളുന്നുണ്ടായിരുന്നു. ഒരു വിതം മുറ്റത്തെത്തി
നേരെ കിണറ്റിനരികിലെത്തിയ ഞാനൊന്ന് അറിയാതെ നെടുവീർപ്പിട്ടു
പോയി. ഹാവു വല്ലാത്തൊരു ഞണ്ട പിടുത്തമായി പോയി. ഏത് ദുഷിച്ച
നേരത്താണോ എനിക്കാ ബുദ്ധി തോന്നിയത്. ഞായാല്യം നീർക്കോലി
കടിക്കാതെ രക്ഷപ്പെട്ട എന്റെ ചൂണ്ടു വിരലിലേക്ക് ഞാനോമനത്ത
ത്തോടെ നോക്കി തലോടി.

സൈന്റെ മേല് കേറിയ ബാധ!

ഉസ്ക്കൂളില്ലാത്ത ദിവസം ഭയങ്കര ബോറ. രാവിലെ മുറ്റമടിയും, താഴെ കിണറ്റില്‍പ്പോയി വെള്ളം കൊണ്ടുവന്ന് പാത്രങ്ങള്‍ മുഴുവനും നിറയ്ക്കലും, പീടിയേ പോയി മീനോ അല്ലേല്‍ കൂട്ടാന്‍ വെക്കാനെന്തേലും കഷ്ണങ്ങള് വാങ്ങിക്കൊണ്ടരലും... അങ്ങനെ പോവും അമ്മയെ സഹായിക്കല്‍. പന്ത്രണ്ട് മണിയാവുമ്പോള്‍ ടിഫിന്‍ കേരിയറിലാക്കി അച്ഛന് കടേല്‍ ചോറും കൊണ്ട് കൊടുത്തു വന്നതിന ശേഷമെനിക്കും ചോറ് തന്നിട്ടമ്മ ഇത്തിരി നേരം കെടന്നുറങ്ങാന്‍ പോയി. എനിക്കാണേല്‍ കെടന്നിട്ടുറക്കവും വന്നില്ല. ഞാന്‍ മെല്ലെ എഴുന്നേറ്റ് അമ്മ നല്ല ഉറക്കത്തിലാണെന്ന് ഉറപ്പവരുത്തി ഒച്ചയിണ്ടാക്കാണ്ട് ചെരിപ്പൂരി കയ്യില്‍ പിടിച്ച് പുറത്തു ചാടി. അമ്മയറിഞ്ഞാലെവിടെയും വിടില്ല. നട്ടുച്ച ക്കെവിടെയും പോണ്ടാന്ന് പറയും. ഞാന്‍ മെല്ലെ വാതില്‍ ചാരി വച്ച് നേരെ സൈന്റെ വീട്ടിലേക്കോടി. ഞങ്ങടെ തോട്ടം വഴി തന്നെ കുറച്ച് ദൂരം കഴിഞ്ഞ് അവരുടെ തോട്ടത്തില്ലൂടെയും പോയാലേ സൈന്റെ വീടെത്തൂ. പോകുന്ന വഴിക്കുള്ള വലിയ പൊത്തുള്ള പ്ലാവില്‍ പക്ഷി മുട്ടയിട്ടത് വിരിഞ്ഞോ എന്ന് നോക്കി. വിരിഞ്ഞിട്ടില്ലെന്നുറപ്പിച്ച ശേഷം വീണ്ടും ഒറ്റയോട്ടം വച്ച കൊടുത്തു. ഉള്ളില്‍ നല്ല പേടിണ്ട്. ഉച്ച നേരല്ലേ വഴിയില്‍ വല്ല ചേരയും കിടന്നാല്‍ സംഗതി പാളും. ഭാഗ്യത്തിന് ഒന്നും കണ്ടില്ല. സൈന്റെ വീടിന്റെ കിണറ്റിന്റുടുത്തുള്ള പുളിമരച്ചോട്ടിലെ ത്തിയ ശേഷമാണ് ഓട്ടം നിര്‍ത്തിയത്. കാറ്റത്തു വീണ പുളി പെറുക്കി തിന്നുകൊണ്ടിരിക്കുമ്പോഴാണ് സൈന്ന ബുദ്ധിയുദിച്ചത്. മ്മക്ക് ഞാറക്ക പറയ്ക്കാന്‍ പോയാലോ? എവിടാണ്ണ് പോലും അറിയുന്നേന്റെ മുമ്പേ ഞാന്‍ പോകാം എന്ന മട്ടില്‍ തലകുലുക്കി.

അവള്‍ട്ടമ്മ നിസ്കരിക്കുന്ന തക്കം നോക്കി ഞങ്ങളോടി. ആ ഓട്ടം നിന്നത് അങ്ങ് പള്ളിത്താഴെയുള്ള മൈതാനീലെത്തിയപ്പഴ. ഞങ്ങള്‍

ചുറ്റം നോക്കി ഭാഗ്യത്തിന് ആരും തന്നെയുണ്ടായിരുന്നില്ല. "ഉച്ചയാ
യോണ്ടാണ് ആരും ഇല്ലാണ്ടായത്. അല്ലാത്തപ്പോഴാണേൽ താഴെ
റോട്ടമ്മ കൂടി ഉസ്താദ്മാരങ്ങോട്ടുമിങ്ങോട്ടും പോകും. വല്ല്യ ഉസ്താദ്
കണ്ടാപ്പിനെ ഇന്നേക്കലെ മതി. നമ്മളെ ഭാഗ്യ ആരും കാണാത്തെ
"അവൾ തെല്ലൊരാശ്വാസത്തോടെ ഞാറമരം ചൂണ്ടികാണിച്ചോണ്ട്
പറഞ്ഞു. നല്ല പഴുത്ത് കറുത്ത ഞാറപ്പഴം കുലകുലയായിങ്ങനെ
നിൽക്കുന്ന. കൊതിയോടെ ഞങ്ങളോടിപ്പോയി മരത്തിൽ കയറി.
എനിക്ക് മരം കയറ്റമത്ര വശമില്ലേല്ലും മരങ്കേറ്റിയായ സൈന ആദ്യം
കയറി ഓരോ ചുവടും എന്നെയും വലിച്ച കേറ്റി. ഞാറക്കയുള്ള ഏറ്റവും
താഴത്തെ കൊമ്പിൽ തന്നെ ഞാൻ ഇരിപ്പറപ്പിച്ചു. "നീയവിടെയി
രുന്നാ മതി. മോളിലേക്ക് വലിഞ്ഞ് കേറീട്ട് ഉരുണ്ട താഴെ വീഴണ്ട..."
എന്നുള്ള അവളുടെ പറച്ചിലിന് ഉള്ളിലവളെ ഉന്തി താഴെയിടാനുള്ള
പക തോന്നിയെങ്കിലും പുറമേ കാണിക്കാതെ ഞാൻ തലയാട്ടി. കൂട്ടി
ക്കൊണ്ടുവന്നതിന്റെ അഹങ്കാരം ഞാനനുഭവിച്ചല്ലേ പറ്റ. വേഗം, വേഗം
ഞാവൽക്കുലകളോരോന്ന് പൊട്ടിച്ചെടുത്ത് അതിൽ നിന്നും ഓരോ
ഞാറക്കയും പറിച്ച് ഹാഫ് പാവാടയുടെ ഞൊറികൾക്കിടയില്ലൂടൊ
ന്ന് തുടച്ച് വായിലിട്ട. എന്ത കിട്ടിയാലും വൃത്തില് കഴുകീട്ടേ കഴിക്കാൻ
പാട്ടുള്ളവെന്ന അമ്മയുടെ വാക്കുകൾ ധിക്കരിച്ചതല്ല. കഴുകാൻ ഇവിടെ
വെള്ളൊല്ലാത്തൊണ്ട് പാവാടെ തൊടച്ചതാ. സൈനവാണേൽ
നേരെ പറിച്ച് വായിലിടുവ. അല്ലേലും അവക്കിത്തിരി ആക്രാന്തം
കൂടുതലാ. ഞാറക്ക തിന്ന നീലക്കളറായ നാവ് കൊണ്ട ഞങ്ങൾ
പരസ്പരം ഗോഷ്ടി കാണിക്കുന്നതിനിടയിൽ "നിനക്കിന്ന കോളാ...
മോളെ, അന്റെ പാവാടെ മ്മല് നോക്ക് മുഴുവൻ നീലക്കറയായിക്കി.
വൃത്തിയൽപ്പം കൂടിപ്പോയോ എന്ന് ഞാൻ സ്വയം ചോദിച്ച. അവൾ
വീണ്ടും എന്നെ കളിയാക്കിക്കൊണ്ട് മരക്കൊമ്പിലിരുന്ന് ഉറക്കെപ്പൊ
ട്ടിച്ചിരിച്ച. ആ ചിരി കത്തുന്ന വെയിലിൽ മൈതാനി മുഴുക്കെ മാറ്റൊലി
കൊണ്ട. പെട്ടന്നാരോ "സൈന്ത... മോളേ സൈനബാ..."ന്ന് വിളിക്ക
ന്നത് പോലെ തോന്നി. ഞങ്ങൾ കൊമ്പിൽ തന്നെയിരുന്ന് ചുറ്റിലും
നോക്കി. രണ്ടാമതും വിളി വന്നപ്പോൾ അറിയാതെയവൾ "എന്തോ
..."ന്ന വിളി കേട്ട പോയി. പിന്നെയും അവിടെയെങ്ങും ആരെയും
കാണാതായപ്പോൾ ഞങ്ങളൊന്ന ഞെട്ടി. ആരോ ഉന്തി വിട്ട പോലെ
ഞങ്ങൾ മരത്തിൽ നിന്നും സർവ്വ ശക്തിയുമെടുത്ത് താഴേക്ക് ചാടി.
വീണിടത്തു നിന്ന് എണിറ്റ് മുട്ടിന് തോല പോയി ചോര വന്നത് കാര്യാ
ക്കാതെ ഞാനെന്റെ കയ്യിൽ നിന്നും തെറിച്ച പോയ ഞാവൽക്കുല
എടുക്കാൻ നോക്കുമ്പോഴേക്കും അവളെന്നേ പിടിച്ച വലിച്ച് ഓടി. ആ

ഓട്ടം അവളുടെ വീടിന്റെ പൂമുഖതിണ്ണയിലെത്തിയപ്പോഴാണ് നിന്നത്. നിന്നു പേടിച്ച് വിറച്ച കിതക്കുന്ന ഞങ്ങളെ കണ്ട് അവളമ്മ "നിങ്ങളേ ട്യായിനു ഇത്രോം നേരം. ഞാൻ നിസ്ക്കാരം കഴിഞ്ഞ് കുപ്പായം ഊരി വച്ച് ബന്നോക്കമ്പോ പുളിങ്കുരു കളിച്ചോണ്ടിവിടെ കുത്തിരുന്ന ഇവളെ കാണുന്നില്ല. പാത്താനോ മറ്റോ പോയതാന്ന് വിചാരിച്ച് പൊറകിൽ പോയി നോക്കി. അവിടില്ലാഞ്ഞിട്ട് പുളിഞ്ചൊട്ടിലും കൊണറ്റിൻ കരേലും ഒക്കെപ്പോയോക്കി. അങ്ങനെ ഒള് പറയാണ്ടെതീം പോവാത്തോണ്ട് ബേജാറായി നിൽക്കുവായിനു ഞാൻ. ഹാവ്വ... ഇബിടിണ്ടല്ലോ "നും പറഞ്ഞ് നിസ്ക്കാര കുപ്പായം മടക്കി വക്കാൻ പോയ ഉമ്മേടെ പൊറകേ "ഉമ്മാ... ത്തിരി ബെള്ളം"നും പറഞ്ഞ് അവളും പോയി.

പിന്നൊന്നും ചിന്തിച്ച നിൽക്കാതെ വീട്ടിലേക്ക് ഞാനൊരൊറ്റയോട്ടം വച്ച കൊടുത്തു. കാലുകളൊക്കെ കഴഞ്ഞു പോകുന്നതുപോലെ തോന്നി. വിറ കൊണ്ട് ശബ്ദം പുറത്തു വന്നില്ല. ഞാൻ ഒരു വിധത്തിൽ വീട്ടിലെ ത്തി. അപ്പോഴേക്കും ഞാൻ വല്ലാതെ തളർന്നു പോയിരുന്നു. പതുക്കെ പതുക്കെ ചേതിപ്പടി കയറി ഒച്ചയുണ്ടാക്കാതെ വാതിൽ തുറന്ന് അമ്മ കിടക്കുന്ന കട്ടിലിനരികിൽ പോയി ശ്വാസം പിടിച്ച് മെല്ലെ അമ്മയേ നോക്കി. ഭാഗ്യം അമ്മ ഒന്നും അറിഞ്ഞിട്ടില്ല, നല്ല ഉറക്ക.

ഞാൻ തളർന്ന് താഴേകിടന്നു. സിമന്റിന്റെ തണുപ്പിൽ ശരീരത്തിന് തെല്ലൊരാശ്വാസം കിട്ടിയെങ്കിലും പേടി മനസ്സിൽ നിന്നും വിട്ടു മാറിയില്ല. ക്ഷീണം കൊണ്ടാനു തോന്നുന്നു ഞാൻ ഉറങ്ങിപ്പോയി. ഉറക്കം കഴി ഞ്ഞഴുന്നേറ്റ അമ്മ വെറും നിലത്ത് കിടന്നുറങ്ങുന്ന എന്നേ കണ്ട് "ഇത് വല്ലാത്തൊരു കുട്ടിതന്ന്യാന്റെപ്പോ, ഇവളേം കൊണ്ടാവൂല. ഇനി എന്റെ കൂടെയെങ്ങാനും കിടന്നിട്ട് കട്ടിലിന്ന് ഉരുണ്ട വീണതാണോയീശ്വരാ.... ഏയ്യ്, അങ്ങനെയാവാൻ വഴിയില്ല. അഥവാ അങ്ങനാണേൽ തന്നെ ഞാനൊച്ച കേൾക്കില്ലേ". എന്നെല്ലാം അടക്കം പറഞ്ഞു കൊണ്ട് എന്നെയെടുത്ത് രണ്ടു കവിളിലും മാറി മാറി ഉമ്മ വച്ച് കട്ടിലിലേക്ക് കിടത്തുമ്പോൾ ഞാനേതോ പാതിമയക്കത്തിലറിയുന്നുണ്ടായിരുന്ന അമ്മയുടെ സ്നേഹവും കരുതലും. അമ്മയോടൊന്ന് മിണ്ടണം, ഒന്ന് കെട്ടിപിടിച്ച് ഉമ്മ വയ്ക്കണം എന്നൊക്കെയെനിക്കുണ്ട്. പക്ഷേ, തളർച്ച കൊണ്ട് എന്റെ കൈകൾ പൊങ്ങുകയോ ശബ്ദം പുറത്തുവരികയോ ചെയ്യില്ല. നല്ലക്ഷീണം കൊണ്ടാണെന്ന് തോന്നുന്നു, ഞാൻ ഭ്രമിയുടെ അഗാധങ്ങളിലേക്കെവിടെയോ വീണുപോയി കൊണ്ടിരിക്കുന്നത് പോലെ തോന്നി. അമ്മേയെന്ന് ഉറക്കേ വിളിച്ചെങ്കിലും ശബ്ദം വീണ്ടും പുറത്തുവന്നില്ല. ആ ഉറക്കം ഏതാണ്ട് രാത്രി ആറോ ഏഴോ മണിയായി

കാണം അമ്മ പിടിച്ച കല്യക്കി എഴുന്നേൽപ്പിച്ചപ്പോഴാണ് ഞാനെണർ
ന്നത്. അബോധാവസ്ഥയില്ലുള്ള എന്നോട് നീയിന്ന് സൈന്ത്നേ
കണ്ടിനോ? അവളപ്പയിണ്ടിവിടെ വന്നിട്ട്. ഇന്നും എന്തേലും കുരുത്ത
ക്കേടൊപ്പിച്ചോ? "എന്തും പറഞ്ഞ് എന്നെ ഒരു കുറ്റവാളിയേപ്പോലെ
അവരുടെ മുമ്പിലേക്ക് കൊണ്ടുപോയി. അച്ഛനും ഉപ്പയുമെല്ലാം
സംസാരിക്കുന്നതിനിടയിൽ അമ്മ സത്യസന്ധമായി പറയുന്നുണ്ട്.
"ഇന്നച്ചുറ്റിവളേടേം പോയിട്ടില്ലേ....ട്ടാ... എന്റെ കൂടെ കിടന്നുറങ്ങീട്ട്
ഇപ്പഴാ എണീറ്റത്. അതു തന്നെ ഞാൻ വിളിച്ചുണർത്തിയതാ".

ആ ഉറക്കത്തിലെന്തോ പന്തികേടുണ്ടെന്ന് മനസ്സിലാക്കിയ അച്ഛൻ
എന്നെ അരികിലോട്ട ചേർത്തു പിടിച്ച്, മോളിന്ന് സൈന്ത്ന്റ്ടത്ത്
പോയിരുന്നോ?" എന്ന് ചോദിച്ചു. സൈക്കോളജിക്കൽ മൂവ്മെന്റ്
അമ്മയേക്കാൾ ഒരു പടി മുന്നില്ലുള്ള അച്ഛനോട് ഒളിച്ചിട്ട് കാര്യമില്ല,
മാത്രമല്ല ഞാൻ സൈന്ത്ന്റ്ടത്ത് പോയത് അവളമ്മ കണ്ടതുമല്ലേ?
"നിങ്ങളെന്തേലും ബിഷക്കായെങ്ങാനും കയ്ച്ചീനോ? ന്റെ കുട്ടിന്റെ
പള്ളയെല്ലാം ബീർത്ത് ബീർത്ത് പൊട്ടാനായിക്ക്, കൊതിക്കുതി
കെട്ടീട്ടും കൊറവൊന്നല്ല്യ. ബൈദ്യന്റാട പോയിട്ടും കാര്യായ മാറ്റൊന്നും
കാണ്ന്നില്ല. ന്റെ കുട്ട്യാടെ പരവേശെടുത്ത് കളിക്കുവാ. അനക്കെന്തേ
ല്യവറിയെങ്കിലൊന്ന് പറയെന്റെ കുട്ട്യേ". അവളിന്നെങ്ങോട്ടും പോയി
ട്ടില്ലെന്ന ആവർത്തനം തുടങ്ങിയപ്പോഴേക്കം ഒന്ന് നിർത്ത് എന്ന
ഭാവത്തില അച്ഛനമ്മേനയൊന്നു നോക്കി.

രണ്ടും കൽപ്പിച്ച് ഞാൻ നടന്ന സംഭവം അതേപടി വിവരിച്ച.
ഇതെല്ലാം എപ്പ സംഭവിച്ചെന്ന ഭാവത്തിൽ എന്നെ കൊല്ലാനുള്ള
ദേഷ്യത്തിലമ്മയെന്നെ പല്ലിറുമ്മി കൊണ്ട് ഉറിച്ച നോക്കി. മക്കളെ
ശ്രദ്ധിക്കാതെ പോത്ത് പോലെ കിടന്നുറങ്ങിയ അമ്മയേ നോക്കി
അച്ഛനൊരു വല്ലാത്ത മുരൾച്ച മുരണ്ടു.

ഇതേസമയം "പടച്ചതമ്പുരാനെ ന്റെ കുട്ടിയേ കാത്തോളണ്ണേ....
ന്റെ കുട്ടിന്റെ മേല് ബാധ കേറീത് തന്ന്യാ. നട്ടച്ചക്കാരേലും മൈതാനി
പോവ്വോ? ശാത്താന്റെ വിളി മൂന്നപ്രാവശ്യം മുയ്ക്കിക്കുന്നേന്റെ മുന്നേ ബിളി
കേട്ടാലത് തീർച്ചയായിട്ടും മേല് കൂടും." എന്നെല്ലാം പറഞ്ഞ്, "ഈ
മോന്തി നേരത്ത്ബാധ ഒയിപ്പിക്കാൻ വല്യുസ്താദിനെ വിളിക്കാണ്ട് എനി
രക്ഷയില്ല " എന്ന പറഞ്ഞ് തോളത്തേ തോർത്തെടുത്ത് കുടഞ്ഞ് തലേ
ക്കെട്ടി ഉപ്പ ധൃതിയിൽ ഇരുട്ടത്തേക്ക് മറഞ്ഞുപോയി. ആ ബാധേന്റെ
ബാക്കി അച്ഛന്റേയും അമ്മേന്റേയും മേല് കേറീട്ടാണെന്ന് തോന്നുന്ന
ഒതേന്നേ പോലും വെല്ലുന്ന രീതിയില്ലുള്ള അച്ഛന്റെ പയറ്റ് ആരംഭിച്ച.

പാവം! അമ്മയിതൊന്നും അറിയാത്തതിന്റെ കുറ്റങ്ങളോന്നൊന്നായി ഏറ്റെടുക്കുന്നതിന്റെ ഒച്ച അക്കരെക്കുന്നിൽ കേൾക്കുന്നുണ്ടായിരുന്നെ ന്നു തോന്നുന്നു. എന്റെമ്മോ എന്നാല്യം ആ ബാധ വല്ലാത്തൊരു ബാധ തന്ന്യായി പോയി.

പുളി

"അതാ... കുര്യാക്കോസ് മാഷ് വരുന്ന വിട്ടോടാ..."ന്ന് കണ്ണനഷറഫ് പറഞ്ഞപ്പോഴേക്കും ലിഖിതവും സലീമും ഹഫ്സറും ഒറ്റാരോട്ടം, പുറകേ തന്നെ ഞാനും സിനീം കൂട്ടരും. ഓടുന്ന ഓട്ടത്തിൽ ഉമ്മൂന്റെ യൂണിഫോമിന്റെ ഫുൾ പാവാട എന്റെ കയ്യിലുള്ള കാര്യം വെപ്രാളത്തിൽ ഞാൻ മറന്നുപോയി.

ഒരു വെള്ളിയാഴ്ച ദിവസമായിരുന്ന സംഭവം. വെള്ളിയാഴ്ച ഉച്ചയ്ക്ക് രണ്ട മണിക്കൂർ ഇടവേളയുള്ളതിനാലാണ് ഞങ്ങൾ പുളി പറയ്ക്കാനായി ചോറ്റ പാത്രവ്വുമെടുത്ത് സ്ക്കൂളിന്റെ പുറകിലുള്ള ആൽമരച്ചോട്ടിനടുത്തുള്ള മതിൽ ചാടി റോഡുക്രോസ് ചെയ്ത് അങ്കണവാടിയുടെ വലത്ത സൈഡിലുള്ള ഇടവഴിയിലൂടെ വയലിലേക്ക് പോയത്. അവിടുന്ന് തോട്ടുവക്കിലിരുന്ന് ചോറ്റ പാത്രത്തിലെ പകുതി ചോറ് എങ്ങനെയൊക്കെയോ വാരി തിന്ന് ബാക്കി തോട്ടിലേക്ക് മുട്ടി പാത്രവ്വും കഴുകി നേരെ അക്കരെ സ്വാമിയുടെ പറമ്പും കഴിഞ്ഞ് വലിയ പുളിമര ചുവട്ടിലെത്തിയത്. ഇല കാണാതെ കുലഞ്ഞു തൂങ്ങിക്കിടക്കുന്ന പുളികൾ കണ്ടിട്ട് ഞങ്ങൾക്ക് കൊതി സഹിക്കാൻ പറ്റിയില്ല. ചുവട്ടിൽ വീണുകിടന്ന പുളി പെറുക്കാനായി ഞങ്ങൾ തലങ്ങും വിലങ്ങുമായോടി നടന്നു. അതിനിടയിൽ മരങ്കേറി യുമ്മു യൂണീഫോമിന്റെ മറ്റൊൺ ഫുൾ പാവാട ഊരി എന്റെ കയ്യിലേക്കെറിഞ്ഞു. അവളുടെ ചേച്ചി സുലു അടുത്തുണ്ടായിട്ടും അവളെന്റെ കയ്യിൽ തന്നത് സുലുവിന് അത്രയ്ക്കങ്ങ് രസിച്ചില്ല. മരം കയറുമ്പോൾ ഫുൾ പാവാട തടഞ്ഞു വീഴുമെന്ന് കരുതിയാകും അവൾ പാവാടയൂരി ഷിമ്മി മാത്രമിട്ട് കയറുന്നതെന്ന് കരുതിയ എനിക്ക തെറ്റപറ്റി. ഞാൻ ചോദിക്കുന്നതിന് മുമ്പ് എന്നെ ഓവർടേക്ക് ചെയ്ത് ജാൻസി ചോദിച്ച സംശയത്തിന് അവൾ കൃത്യമായി ഉത്തരം നൽകി. മറ്റൊന്നമായിരുന്നില്ല. "നമ്മൾടെ കുര്യാക്കോസ് മാഷ് ചോറ്റുണ്ണാൻ ചെലപ്പം ഇതുവഴിയാണ് പോകുക. അപ്പോൾ യൂണിഫോം പാവാട കണ്ടാൽ

സാറിന് മനസ്സിലാകില്ലെ. ഷിമ്മീസാണേൽ ആ പ്രശ്നമില്ലല്ലോ" എന്ന അവളുടെ കാഞ്ഞ ബുദ്ധിക്ക മുന്നിൽ ഞങ്ങൾ തലതാഴ്ത്തി. ഒരു മാതിരി നല്ല വണ്ണമുള്ള പടർന്ന പന്തലിച്ച ആ മരത്തിലവൾ വലിഞ്ഞു കയറി. ഓരോ കൊമ്പുകളായി കുലുക്കി കുലുക്കി പുളി താഴേക്കിട്ടോണ്ടിരുന്നു.

"കൂട്ടത്തിൽ കൊറെ ചെക്കൻമാരുണ്ടായിട്ടെന്താ കാര്യം, മണ്ണണ്ണേ്ള് ഒന്നിനും മരം കേറാനറിയില്ല, മൊയന്ത്രകൾ...".

പുളി കുലുക്കുന്നതിനിടയിൽ അവളിങ്ങനെയെല്ലാം പുലമ്പുന്നുണ്ടായി രുന്നു. ഞങ്ങളതൊന്നും കാര്യമാക്കാതെ തിട്ടക്കത്തിൽ പുളി പെറുക്കി കൊണ്ടിരുന്നു. മുൻകോപക്കാരിയായ അവളെ ദേക്ഷ്യം പിടിപ്പിക്കുന്നത് ശരിയല്ലെന്ന് ഞങ്ങൾക്ക് നല്ലോണം അറിയാമായിരുന്നു. പുളിയേക ദേശം എല്ലാവരുടെയും പാത്രങ്ങളിൽ നിറച്ച് ശേഷം തട്ടമുള്ളവർ അതിലും, അല്ലാത്തവർ മടിക്കത്തിലും, ചെക്കൻമാരെല്ലാം ഷർട്ടിന്റെ യും പേന്റിന്റെയും പോക്കറ്റിലും നിറയ്ക്കുന്നതിനിടയിലാണ് കണ്ണൻ മാഷ് വരുന്നത് കണ്ടത്.

ക്ലാസ്സിലെത്തിയ ഞങ്ങൾക്ക് ഉമ്മൂനെ മരത്തിമ്മല് ഒറ്റയ്ക്കാക്കിയതിന്റെ സങ്കടമായിരുന്നില്ല, പകരം പാത്രത്തിലെ ഇത്തിരി പുളിമാത്രമേ കിട്ടിയു ള്ള എന്ന സങ്കടമായിരുന്നു. മടിക്കത്തിലും തട്ടത്തിലുമെല്ലാം കൂട്ടിവച്ചത് ഓട്ടുന്ന ഓട്ടത്തിൽ തെറിച്ച പോയിരുന്നു. പാവം ഉമ്മുവാണേൽ മാഷ് കാണാതിരിക്കാൻ വണ്ണമുള്ള പുളി മരത്തിൽ മറഞ്ഞ് നിന്ന് മാഷിന്റെ കണ്ണിൽ നിന്നും രക്ഷപ്പെട്ട്, പാവാടയിടാത്തതിനാൽ ആളുകളുടെ കണ്ണിൽ പെടാതെ ഒരു വിധം ആൽമരച്ചുവട്ടിലെത്തി. ഭാഗ്യത്തിന് എട്ടാം ക്ലാസ്സിൽ പഠിക്കുന്ന മല്ലികയേ കണ്ടതുകൊണ്ട് അവൾ വിവരമറി ഞ്ഞയുടനെ ഓടി വന്നെന്റെ കയ്യിൽ നിന്നും പാവാട വാങ്ങി അവൾക്ക് കൊണ്ടു കൊടുത്തു. അപ്പോഴേക്കും ബെല്ലടിച്ച് സാറ് ക്ലാസ്സിൽ വന്നതി നാൽ അവളുടെ അടിയിൽ നിന്നും ഞങ്ങൾ തൽക്കാലം രക്ഷപ്പെട്ടു. പക്ഷേ സ്കൂളിലെ സീനിയർ പെൺഗുണ്ടാ നേതാവായ അവൾ ഇതിനും പകരം വീട്ടും എന്ന് ന്വറ ശതമാനം ഞങ്ങൾക്കുറപ്പാണ്. ഇത്ര വൈകി ക്ലാസ്സിലെത്തിയതെന്താണെന്ന മാഷിന്റെ ചോദ്യത്തിന് "ചോറ ബൈക്കാൻ പൊരെ പോയതാ..."ണെന്ന് പറഞ്ഞപ്പോൾ ക്ലാസ്സിൽ കയറിക്കോളാൻ പറഞ്ഞു. അവൾ ക്ലാസ്സിലേക്ക് കയറിയിരിക്കുമ്പോൾ എന്നെ നോക്കിയ രൂക്ഷമായ നോട്ടത്തിൽ ഞാൻ വിറച്ചിരുന്നു പോയി. ഒറ്റയ്ക്കിട്ടോടിയ കുറ്റം മാത്രല്ലല്ലോ ഞാൻ ചെയ്ത കുറ്റം അവൾടെ പാവാട അവിടെ വയ്ക്കാതോടിയില്ലെ? എനിയ്ക്കവളുടെ അടുത്തു നിന്ന് തല്ല മാത്ര മല്ല മൈലാഞ്ചിയിട്ട് നീണ്ട് കൂർപ്പിച്ച നഖ പ്രയോഗവും ഉറപ്പായിരുന്നു.

രണ്ടാമത്തെ ബെഞ്ചിൽ എന്റെ തൊട്ട പുറകിൽ തന്നെയിരിക്കുന്ന ആ ദുഷ്ടത്തി അപ്പഴേ കാൽ പ്രയോഗം തുടങ്ങണ്ടെന്നു കരുതി ഞാൻ സ്വരക്ഷക്കായി ബെഞ്ചിന്റെ മുന്നിലേക്ക് നീങ്ങിയിരുന്നു. ഹൊ! ഏത് നേരത്താണാവോ ഇതുങ്ങൾടെ കൂട്ടത്തിൽ പോയി പുളി പറിക്കാൻ തോന്നിയത്. ഞാൻ എന്നെ തന്നെ സ്വയം പഴിച്ചു. എന്റെ പുളിയേ ഇതിപ്പോ പുളിയെല്ലാം കൂടി വല്ലാത്ത കയ്പ്പായി പോയല്ലോ.

പ്രേമമെന്ന കോമാളിവേഷം

ഇടതു കൈക്കൊരു കെട്ടെല്ലാം കെട്ടി കഴുത്തിലൂടൊരു ഉണി വള്ളി കെട്ടി കൈയ്യതിലേക്ക് വച്ച് ഒരു മുണ്ടുമുടുത്ത് ഞൊണ്ടി ഞൊണ്ടിയുള്ള കണ്ണന്റെ മോഡൽ പരീക്ഷയെഴുതാനുള്ള വരവു കണ്ടിട്ട് ഞങ്ങൾക്ക് ചിരിയടക്കാൻ കഴിഞ്ഞില്ല. ഒരു പക്ഷേ കണിയാമ്പറ്റ ഗവൺമെന്റ് സ്കൂളിന്റെ പത്താം ക്ലാസ്സ് റിസൽറ്റ വരുമ്പോൾ ടോപ് സ്കോറർ പദവിയിൽ മാറ്റം വരുത്താനുള്ള ചെറിയ കളിയാണോ ഇതെന്ന സംശയവും ഇല്ലാതില്ല. ന്നായാലും കൂടെ അവന്റെ എളാപ്പ ബാഗും പിടിച്ച് വരുന്നതിനാൽ ഞങ്ങൾ കമന്റുകളൊന്നും തട്ടിവിട്ടില്ല. മരം വലിക്കാൻ പോകുന്ന അവരുടെ കൈ കൊണ്ട് കഷ്ടകാലത്തിന് ഒരടിയെങ്ങാനും കിട്ടിയാൽ തലകറങ്ങി വീണു പോകും. ഈ പ്രേമമെന്ന് പറയുന്നത് വല്ലാത്തൊരു വികാരമാണ് എന്നും അത് മനുഷ്യൻമാരെ ചിലപ്പോൾ വല്ലാത്തൊരു കോമാളിയാക്കി മാറ്റമെന്നുമുള്ള സത്യം ഞാനപ്പോഴാണ് മനസ്സിലാക്കിയത്.

എന്താന്നറിയില്ല, കണ്ണന് സൈന്ധനു വച്ചാൽ ജീവന. അവളെന്തു പറഞ്ഞാലും അവൻ ചെയ്തു കൊടുക്കും. സത്യം പറഞ്ഞാ ഓളെക്കാട്ടം എത്രയോ നല്ല രസണ്ട് എന്നെയും സിനീനേം 'സൈറേനെയുമെല്ലാം. എന്റെ കാര്യം പോട്ടെ കട്ടി കണ്ണടയൊക്കെ ഇട്ട നടക്കുന്നതോണ്ടാ യിരിക്കും. സിനി മെലിഞ്ഞീർക്കിലി പോലാണേലും കാണാൻ നല്ല ശേലാട്ടോ. ഇതൊന്നുവല്ല സൈറേയ്ക്ക് ഒട്ടക്കത്തെ ഭംഗിയാ, നല്ല ചുരുണ്ട നീളമുള്ള മുടിയും. പക്ഷേ അന്നത്തെ പണക്കാരനായ, (അവന്റെപ്പ ദുബായിലാറ്റോ) കണ്ണന് ആ മത്തങ്ങക്കണ്ണി സൈന്ധനെയേ പിടിച്ച ള്ള. അവളാണേൽ പഠിച്ചോ? അതും ഇല്ല എന്നും മാഷ്മാരെ അടുത്തു നിന്ന് അടി വാങ്ങിക്കും. ദിവസവും ചോദ്യം ചോദിക്കമ്പോൾ എഴുന്നേറ്റ കുന്തം പോലെ നിൽക്കുന്ന അവളോട് സോഷ്യലിന്റെ അഭിലാഷ്

മാഷ് "എന്തിനാടി, വേഷഭൂഷാദികളണിഞ്ഞിങ്ങോട്ടെഴുന്നള്ളുന്നത്. ബാക്കിയുള്ളോന് പണിയുണ്ടാക്കാൻ". എന്ന വരെ ചോദിക്കാറുണ്ട്. പറഞ്ഞിട്ടെന്താ, എത്ര കേട്ടാലും ഒരു ഉളുപ്പമില്ല.

അങ്ങനെ, കണ്ട ആൺകുട്ടികളോടെല്ലാം കിന്നാരം പറഞ്ഞ് നടക്കുന്ന അവള കെട്ടിക്കുന്ന കോമാളി വേഷം കെട്ടി ആടുവാണ് പാവം കണ്ണൻ. എപ്പോഴും അവൻ അവൾക്ക് മുട്ടായി വാങ്ങാനും ഐസ് വാങ്ങാനും ഒക്കെ പൈസ കൊടുക്കും. അതോണ്ടവള് ചെലപ്പൊഴെല്ലാം ഞങ്ങക്കും കടലയെല്ലാം വാങ്ങി തരാറുണ്ടേട്ടാ. ഒരു തവണ അവൻ കൊടുത്ത പൈസയ്ക്ക് എനിയ്ക്കും സുജയ്ക്കും ജാൻസിയ്ക്കും ഐസ് വാങ്ങി തന്നിട്ടുണ്ട്. പക്ഷേ അന്ന് ഞങ്ങൾ എട്ടിലും എന്റെ ഏട്ടൻ പത്തിലും പഠിക്കുന്ന കാലാട്ടോ. ഏട്ടന് ഞാനീ കണ്ട ഐസോ, മുട്ടായിയോ ഒന്നും വാങ്ങി കഴിക്കുന്നതിഷ്ടമല്ല ഏട്ടൻ വാങ്ങിത്തരുന്ന നല്ല നല്ല സാധനങ്ങൾ മാത്രമേ കഴിക്കാൻ പാട്ടുള്ളട്ടോ, മാത്രല്ല കുപ്പായം ചളിയാവാൻ പാടില്ല, മുടി നാശാവാൻ പാടില്ല. അങ്ങനെ കുറേ നിബന്ധനകളുണ്ട്. ഒരു തവണ ഞാനും ജാൻസിയും സിനിം സുജേം. ഷിബേം കൂടി ഏട്ടൻ കാണാതിരിക്കാൻ മൂത്രപ്പൊരേ പോയിട്ട് ഐസ് തിന്നൂട്ടോ, അപ്പോഴേ ക്കും ഏട്ടന്റെ ക്ലാസ്സിൽ പഠിക്കുന്ന ഒരു ചേച്ചി പറഞ്ഞറിഞ്ഞ് എന്നെ വിളിപ്പിച്ച് തീരാറായ കോലയ്സ് വാങ്ങി വലിച്ചെറിഞ്ഞു. അതോണ്ടാ ക്കൈതന്നെ ഞാനങ്ങനെ സൈന്റന്റെട്ടുത്ത്ന്ന് ഒന്നും മേടിച്ച് തിന്നലില്ല. "ഓ... ഓള് ബെല്ല്യ പവറത്തിയ. "എന്നെല്ലാം പറയുന്നതൊന്നും ഞാ ങ്കാര്യാക്കലില്ല".

അങ്ങനെയിരിക്കേ സെന്റോഫിന്റെ അന്ന് കണ്ണൻ സ്കൂളിന്റെ അപ്പ റത്തുള്ള അയമ്മദാക്കാന്റെ കടയിൽ നിന്ന് കുറേ മുട്ടായിം കടലേം എല്ലാം ഞങ്ങക്ക് കൊണ്ടത്തന്നു. അത് അവളുടെ കയ്യിലാദ്യം കൊട ക്കാത്തതിന്റെ ശിക്ഷ നൽകിയതാണോ എന്നറിയില്ല, "നിനക്കെ നോടാണേറ്റവും ഇഷ്ട്ടമെങ്കിൽ, ഞാനൊരു കാര്യം പറഞ്ഞാൽ നീ ചെയ്യോ. കണ്ണൻ കാര്യമറിയുന്നതിന്റെ മുന്നേത്തന്നെ, "ന്റെ മുത്തിന് വേണ്ടി ഞാനെന്തും ചെയ്യമെന്നു പറഞ്ഞു കൊണ്ടവൻ തലയാട്ടി". ആ തലയാട്ടലിന്റെ ഉശിര് ഇത്രുയ്ക്കാവുമെന്നാരും കരുതിയില്ല. "എന്നാപ്പി ന്നെ സാമീന്റെ തോട്ടത്തിലെ ബംബ്ലിമൂസമ്മന്നൊരു പഴുത്ത തുടുത്ത ബംബ്ലി മൂസ എനിക്ക് പറിച്ച് താ...". അവൾക്ടെ അവനോട്ടുള്ള പായാരം കണ്ടപ്പൊ ഒന്ന് കൊട്ടക്കാനാ തോന്ന്യേ. പക്ഷേ, ഞങ്ങളനങ്ങീല. എന്തേലാക്കെട്ടെ എന്ന് കരുതി. പക്ഷേ കണ്ണനത് കേട്ട് സ്കൂൾ മതിൽ ചാടി റോഡ്ഡു മുറിച്ച് കടന്ന് സാമിന്റെ തോട്ടത്തിലേക്ക് പോയ പോക്ക് ദ്രോണപർവ്വത നിരയിലെ മൂതസഞ്ജീവനി കുന്നിലേക്ക് പോയ

ഹനുമാന്റെട്ടുണ്ടായിരുന്നു. ആ പോക്ക കണ്ടപ്പോൾ ഹനുമാൻ സഞ്ജീ വനിക്കുന്ന് അപ്പാടും താങ്ങി വന്ന പോലെ മരത്തുമ്മലെ ബംബ്ലിമൂസ മുഴുവനും കൊണ്ടായിരിക്കും വര്വാന്ന് കരുതി. നേരേമറിച്ച്, മതിലിനിപ്പ റത്ത് ആകാംഷയോടെ നിന്ന ഞങ്ങൾ കണ്ട കാഴ്ച. ബംബ്ലിമൂസിന്റെ മുകളിൽ വലിഞ്ഞ് കയറിയ അവൻ "ന്റുമ്മാ...." ന് പറഞ്ഞ് പൊട്ടിയ ബംബ്ലി മൂസക്കൊമ്പിന്റെയും ബംബ്ലിമൂസകളുടെയും കൂടി പധക്കോന്ന് പറഞ്ഞ് താഴേ വീഴുന്നതാ. ന്തായാലും ഞങ്ങളപ്പത്തന്നെ ഓടി രക്ഷ പ്പെട്ട്, ഒന്നുമറിയാത്തപ്പോലെ ക്ലാസ്സിലിരുന്നു. വയ്യ, കുഞ്ഞിപ്പിള്ള മാഷെട്ടുത്തുന്ന് അടി വാങ്ങാൻ അതോണ്ട, പാവം കണ്ണനെ ഞങ്ങൾ തിരിഞ്ഞു നോക്കാതിരുന്നത്. പിന്നെ പരോപകാരിയായ ലിഖിതും കൂട്ടരും പോയി ശ്രീകൃഷ്ണൻമാഷോട് വിവരം പറഞ്ഞ് അവനെ എടുത്തു കൊണ്ട് വന്നത്. ആശുപത്രിയിലേക്ക് കൊണ്ട പോകുമ്പോ ഒന്ന് ഏന്തി നോക്കി കണ്ടതാ. പിന്നെയിന്നാ കണ്ടത്. പാവം കണ്ണൻ പ്രേമമെന്ന കോമളി വേഷം കെട്ടിയാടിയ ഇവന് ഇനി എത്ര കാലം പിടിക്കുവോ ഈ പൊട്ടിയ എല്ല് നേരെയാവാൻ.

ശാന്തമ്മ റ്റീച്ചർ

"ഇനി മോളൂട്ടി വിഷമിക്കേണ്ടാട്ടോ, മോൾക്കീ കണ്ണടയിട്ടാൽ പിന്നെ എല്ലാം വൃത്തിയായി കാണാൻ പറ്റും ട്ടോ. ആദ്യമെല്ലാം ചെറിയൊരു ബുദ്ധിമുട്ട തോന്നും, അതത്ര കാര്യാക്കണ്ട ട്ടോ, കുറച്ച ദിവസം കഴിയുമ്പോൾ എല്ലാം ശരിയാവും". എന്ന പറഞ്ഞെന്റെ പുറത്ത രണ്ട തട്ടെല്ലാം തട്ടി ഇനി അടുത്ത മാസം നോർമൽ ചെക്കപ്പിന് വന്നാ മതിയാകുമെന്ന് പറഞ്ഞ് ഡോക്ടർ എന്തോ പേപ്പർ അച്ഛന് കൊടുത്തു. എനിക്കുള്ളിൽ ഭയമാണോ അതോ സന്തോഷമാണോ എന്ന് എനിക്ക തന്നെ അറിയില്ലായിരുന്നു. ഞാൻ കണ്ണട രണ്ട കൈയ്യും ചേർത്ത മൂക്കിലേക്ക് കയറ്റി വച്ച് അച്ഛനെ നോക്കി. അച്ഛന്റെ മുഖം, കണ്ണുകൾ,... എല്ലാം നല്ല ഭംഗീല് കാണാൻ കഴിയുന്നുണ്ട്. ഞാനച്ഛനെ മൊത്തത്തി ലൊന്ന തൊട്ട നോക്കി. പിന്നീട് ഡോക്ടറേയും അടുത്തുണ്ടായിരുന്ന നേഴ്സിനെയും മാറി മാറി നോക്കി. എല്ലാവരെയും നല്ല വ്യക്തമായി കാണുന്നുണ്ടായിരുന്നു. ഞാൻ സന്തോഷം കൊണ്ട് കസേരയിൽ നിന്ന് ചാടിയിറങ്ങി. "അയ്യോ! പതുക്കെയിറങ്, അടുത്ത മാസം അച്ഛനേയും കൂട്ടി വരണംട്ടോ" എന്ന് പറഞ്ഞ് ഡോക്ടർ എന്നെ നോക്കി കണ്ണിറക്കി. ഞാൻ ഹോസ്പിറ്റൽ വരാന്തയിലൂടെ പോകുമ്പോൾ താഴെ റോഡിലൂടെ ഓടി പോകുന്ന പട്ടിയെ കണ്ട് വല്ലാത്ത സന്തോഷം തോന്നി. ആളുക ളെയെല്ലാം നന്നായിട്ട് കാണാം. ഞാൻ കണ്ണട താഴെ വീഴാതിരിക്കാൻ കൈ കൊണ്ട് പിടിച്ചിട്ട്, "ഇതെനിക്ക് ഡോക്ടറ് സ്വന്തം തന്നയല്ലേ അച്ഛാ ഇതിട്ടാൽ എനിയ്ക്കിനി നല്ലണം പഠിക്കാൻ പറ്റും ല്ലേ? എന്ന് ചോദിച്ചതിന് മറുപടിയായി അച്ഛൻ "അതേ, ഇത് മോൾക്ക് സ്വന്തം തന്നതാണ്" എന്ന് പറഞ്ഞ് എന്നെ അടുത്തുള്ള കസേരയിലിരുത്തി യിട്ട് കണ്ണിലൊഴിക്കുന്ന തുള്ളിമരുന്ന് വാങ്ങിക്കാൻ പോയി.

പാവം! ശാന്തമ്മ റ്റീച്ചർ, റ്റീച്ചർ പറഞ്ഞില്ലായിരുന്നെങ്കിൽ

അച്ഛനെനിക്കീ കണ്ണട വാങ്ങിത്തരുമായിരുന്നോ ? ഇല്ല. ഒരിക്കലും വാങ്ങിത്തിരില്ല, റ്റീച്ചറെന്നും പഠിപ്പിക്കുന്ന പാട്ടുകളും കഥകളും എല്ലാം ഞാൻ കേട്ടപഠിച്ച് ചൊല്ലിക്കൊടുക്കാറുണ്ടായിരുന്നു. പക്ഷേ റ്റീച്ചർ ബോർഡിന്റെട്ടത്ത് പോയിട്ട് എന്തോ കാണിച്ചിട്ട് എന്നും എഴുതാൻ പറയും. എന്തെഴുതണമെന്നെനിക്കറിയില്ലായിരുന്നു. ഞാനെഴുതാത്ത തിന് എന്നും എന്നെ ചീത്ത പറയും, ചിലപ്പോൾ റ്റീച്ചറെന്നെ അടി ക്കുമ്പോൾ കുട്ടികളെല്ലാം കളിയാക്കുന്ന ഒച്ച എന്റെ കാതിൽ മുഴങ്ങി കേൾക്കാറുണ്ടായിരുന്നു. പക്ഷേ എനിക്കൊന്നും അറിയാത്തതിനല്ലേ എന്നോർത്തു ഞാൻ സമാധാനിക്കും.

ഒരു ദിവസം റ്റീച്ചർ ബോർഡിൽ അക്ഷരങ്ങളെഴുതിയിട്ട് അതെട ത്തെഴുതാൻ പറഞ്ഞപ്പോൾ ഞാൻ സുജയുടെ സ്ലേറ്റ് പിടിച്ച വാങ്ങി അവളെന്താണ് വരയ്ക്കുന്നതെന്ന് നോക്കി. എന്റെ സ്ലേറ്റ് ഇവളെടുത്തു... എനിക്ക് തരുന്നില്ലാ എന്ന് അവൾ വാവിട്ട കരഞ്ഞപ്പോൾ. "സ്വന്തം സ്ലേറ്റവിടെ വച്ചിട്ട് അവളടേതെന്തിനാ വലിക്കുന്നത്, ഒന്നിലെത്തി യിട്ടേയുള്ള അഹങ്കാരി." എന്ന പറഞ്ഞ് റ്റീച്ചറെന്റെ തലയെക്കൊര മേട്ടം തന്നിട്ട് എന്റെ സ്ലേറ്റ് വലിച്ച് നീക്കിയിട്ട് ഇതിലെഴുതെന്ന് പറഞ്ഞു 'റ്റീച്ചറെന്റെ അടുത്തേക്ക് കുനിഞ്ഞു നിന്നപ്പോഴാണ് റ്റീച്ചറിന് ഒരു കണ്ണില്ലാത്തത് എന്റെ ശ്രദ്ധയിൽപ്പെട്ടത്. "റ്റീച്ചറിന്റെ കണ്ണട പോയി".....ന്ന് ഞാൻ അതിശയത്തോടെ ചോദിച്ചപ്പോൾ എഴുതാൻ പറഞ്ഞാലെഴുതാണ്ട് പായാരം ചോദിച്ചിരിക്യാന്നും പറഞ്ഞ് വീണ്ടും അടി കിട്ടി. "വരയ്ക്കാനറിയാത്തോണ്ടല്ലേ" എന്ന് പറഞ്ഞ് ദയനീയമായി റ്റീച്ചറെ നോക്കിയപ്പോൾ "എത്ര ദിവസമായി ബോർഡിൽ വെണ്ടയ്ക്ക പോലെ എഴുതിത്തരുന്നു. ഒന്നും പഠിക്കാണ്ടിങ്ങ് വന്നോളം "എന്ന് പറഞ്ഞ് റ്റീച്ചർ ആ എന്ന അക്ഷരം എന്റെ സ്ലേറ്റിലെഴുതി തന്നു. അത കണ്ടയുടനേ "ഹായ്, ഇതെനിക്ക് വരക്കാനറിയാം. ഇതെനിക്കെന്റെ സിറിയേച്ചി വരച്ച് പഠിപ്പിച്ചിക്കി. ഇത് കഴിഞ്ഞിട്ടുള്ളതും അറിയാം "എന്ന പറഞ്ഞ് സന്തോഷത്തോടെ അ മുതൽ അഃ വരെയുള്ള അക്ഷരവും ക മുതൽ ണ വരെയും വൃത്തിയായി എഴുതി കൊടുത്തിട്ട് ഇനി വരക്കാൻ സ്ലേറ്റിൽ സ്ഥലമില്ലെന്ന് പറഞ്ഞ് റ്റീച്ചറുടെ മേശപ്പറ ത്തേക്കോടി. ആദ്യം വലിയ കാര്യമായി ശ്രദ്ധിക്കാതെ ഹാജർ പുസ്ത കത്തില് നോക്കി നിന്ന റ്റീച്ചർ പെട്ടന്ന് എന്റെ സ്ലേറ്റ് നിറയേയുള്ള അക്ഷരങ്ങൾ കണ്ട് അത്ഭുതപ്പെട്ട് പോയി. എന്റെ സ്ലേറ്റ് കണ്ണിനടുത്ത് പിടിച്ച് നോക്കിയിട്ട് അക്ഷരങ്ങൾ തൊട്ടരുവിട്ട. ഇത കഴിഞ്ഞിട്ടുള്ളതും എനിക്കറിയാം, എന്ന് പറഞ്ഞ് ബാക്കിയക്ഷരങ്ങളും തുടർച്ചയായി ഉരുവിട്ടുകൊടുത്തു. ശേഷം എനിക്ക് എനീം ABCDയും ഒന്നേ രണ്ടും

എല്ലാം അറിയാം എന്ന പറയുന്നത് കേട്ട് റ്റീച്ചർ അത്ഭുതത്തോടും ഒപ്പം സഹതാപത്തോടും എന്നെ നോക്കി. പെട്ടന്ന തന്നെ റ്റീച്ചർ എന്നെ ബോർഡിനരികിൽ കൊണ്ടുപോയി നിർത്തി കട്ടിയിൽ വല്യതാക്കി 1 ഉം 2 ഉം എഴുതിയിട്ട് വായിക്കാൻ പറഞ്ഞു. ഞാൻ ബോർഡിനോട ചേർന്ന് നിന്ന് അത്യ സന്തോഷത്തോടെ ഉറക്കെ വായിച്ച കൊട്ടത്ത. മറ്റ കുട്ടികളെല്ലാം അ എന്ന അക്ഷരം മാത്രം എഴുതി പഠിച്ച വരുമ്പോ ഴേക്കും ഞാനിത്രയും കാണാതെ എഴുതാനും പറയാനും പഠിച്ചത് കണ്ട് റ്റീച്ചർക്ക് സന്തോഷമായി. റ്റീച്ചർ പിന്നീട് ദൂരെയും അടുത്തും മാറ്റി മാറ്റി നിർത്തി വിരലുകളുടെ എണ്ണം ചോദിക്കുന്നുണ്ടായിരുന്നു. വൈകുന്നേരം സ്ക്കൂളുവിട്ട് കഴിഞ്ഞ് എന്നെ കൂട്ടി കൊണ്ടുപോകാൻ വന്ന ബിവിനേട്ട നോട് നാളെ നിർബന്ധമായും അച്ഛനോടൊ അമ്മയോടൊ സ്ക്കൂളിൽ വന്ന് റ്റീച്ചറെ കാണാൻ പറഞ്ഞു.

അന്നും ഞാനെന്തെങ്കിലും കുരുത്തക്കേടൊപ്പിച്ച കാണമെന്ന് ഭയന്ന് റ്റീച്ചറോട് കാരണം പോല്യം അന്വേഷിക്കാതെ എന്റെ പുസ്തകം ഇട്ട തുണിസഞ്ചി ചുരുട്ടി ഏട്ടന്റെ അലുമിനപ്പെട്ടിയിലിട്ടടച്ച് എന്റെ കഷ്യം വലിച്ചോടി. വഴിയിൽ വച്ച് റ്റീച്ചറ് പറഞ്ഞ കാര്യമറിഞ്ഞ ലച്ചവിന്റെ കമന്റ് വേറെയും. "നാളെ എളാച്ഛൻ തന്നെ ഉസ്സളിൽപ്പോയി റ്റീച്ചറെ കണ്ടോട്ടേ, ഇവള് കുട്ട്യോളെയെല്ലാം എന്തെങ്കിലും കാണിക്കുന്നുണ്ടാ വും. രാവിലെ ഇവളെന്റെ സ്റ്റേറ്റ് പെൻസില് വരമ്പുമ്മന്ന് ഞാറും കണ്ട ത്തിലേക്കെറിഞ്ഞിക്കി, ഞാനയും എളേമ്മേ നോട് പറീന്നുണ്ട്", എന്നും പറഞ്ഞെന്നെയൊര നള്ളം. ചെറിയൊര പെൻസില്യം കഷണം എറിഞ്ഞെന്ന് രാവിലെ കണക്കിന് നള്ളിയ്ക്ക്, എന്നിട്ട് പിന്നീം. എനിക്ക് സങ്കടം വന്നെങ്കിലും ഞാനൊന്നും മിണ്ടീല വീട്ടിലെത്തിയതിന് ശേഷം അമ്മേന്റെയും അച്ഛന്റേം സിറിയേച്ചിന്റെ കുറ്റപ്പെടുത്തലിന്ഞാനൊന്നും മിണ്ടാതെ തലതാഴ്ത്തി നിന്നു. കുട്ട്യോളെ അ മാത്രം എഴുതാൻ പഠിപ്പിച്ച പ്പോ. ഞാനെല്ലാം ഒന്നിച്ചെഴുതിയൊണ്ടായിരിക്കും റ്റീച്ചറ് വിളിപ്പിച്ചേ? എല്ലാത്തിനും കാരണം സിറിയേച്ചിയാ, എന്നെ നള്ളി എഴുതി പഠിപ്പി ച്ചോണ്ടല്ലേ ഞാനെല്ലാം എഴുതിത്. എനിക്ക് നല്ല സങ്കടം വന്നവെങ്കിലും ഞാൻ അനങ്ങിയില്ല. അതല്ലാ ഇനി റ്റീച്ചറുടെ ഒര കണ്ണോടപ്പോയീന്ന് ചോദിച്ചേനാണോ? ഈശ്വരാ റ്റീച്ചറെന്റെട്ടത്ത് വന്നപ്പഴാ ഞാൻ റ്റീച്ചറെ കണ്ണും ചുരുള മുടിയുമെല്ലാം ശ്രദ്ധിച്ചത്. വെറുതെ, ആവശ്യമില്ലാത്തതൊ ന്നും നോക്കണ്ടായിരുന്നു.

പക്ഷേങ്കി കരച്ചിലിനിടയിലും റ്റീച്ചറെ കണ്ണ് ചോക്കും പൊടി വീണ് പൊട്ടിപ്പോയതാന്ന് സുജ പറഞ്ഞപ്പോ ഓളെ അച്ഛനോട് വരാൻ പറഞ്ഞില്ലല്ലോ? എനീപ്പം അതായിരിക്കില്ല. എഴുതിയേനെന്നായിരിക്കും.

ഞാൻ വരുന്നിടത്തുകാണാമെന്ന് കരുതി അനങ്ങാതെ നിന്നു. എന്തെ
ങ്കിലും ഒപ്പിച്ച വച്ചിട്ട് അവളുടെ നിൽപ്പ് കണ്ടില്ലേയെന്ന് പറഞ്ഞ് അമ്മ
എല്ലാവരേയും ദോശ തിന്നാൻ അടുക്കളയിലേക്ക് വിളിച്ചു.

പിറ്റേന്ന് അച്ഛൻ പോയപ്പോഴാണ് എനിക്ക് കണ്ണിനു കഴപ്പമുണ്ടെ
ന്നും എത്രയും പെട്ടന്ന് കാഴ്ച പരിശോധിക്കണമെന്നും ടീച്ചറച്ഛനോട്
പറഞ്ഞത്. ഞാനെന്തു കിട്ടിയാലും അടുത്ത് പിടിച്ച നോക്കുന്നത്
അതിനാലാണെന്ന് മനസ്സിലാക്കിയ അച്ഛൻ തൊട്ടടുത്ത ദിവസം
തന്നെ കോഴിക്കോട് മെഡിക്കൽ കോളേജിലെ കണ്ണിന്റെ ഡോക്ടറേ
കാണാനെത്തിയത്. മരുന്ന് വാങ്ങി വന്ന അച്ഛൻ എന്റെ കയ്യും പിടിച്ച്
നടക്കുമ്പോൾ ഞാൻ കണ്ണട കുറേ നേരം ഇട്ടിട്ട് നാശമായി പോകണ്ട
ല്ലോന്ന് കരുതി കൈയ്യില്ലൂരി പിടിച്ച. തുടക്കത്തിൽ ബുദ്ധിമുട്ടുണ്ടാകുമെന്ന്
ഡോക്ടർ പറഞ്ഞതിനാൽ ഞാൻ ബുദ്ധിമുട്ടുകാരണം ഊരിയതാണെന്ന്
കരുതി പാവം അച്ഛൻ കണ്ണടയിടാനുള്ള ബോക്സ് തന്നു. ഹായ് നല്ല
ബോക്സ് എനിക്ക് പെൻസിലും ഇട്ടുവയ്ക്കാനായല്ലോന്ന് കരുതി അച്ഛന്റെ
കയ്യും പിടിച്ച് തുള്ളിച്ചാടി നടന്നു. എന്തായാലും എന്റെ ശാന്തമ്മ ടീച്ചറ
കാരണം എനിക്ക് എല്ലാം കാണുന്ന ഭൂതകണ്ണാടിയും ഒപ്പം ബോക്സും
കിട്ടി.

ജംസ് മുട്ടായി

തടിയിലടിക്കുന്ന വടി കൊണ്ട് കൈപ്പത്തിയുടെ പുറകിലടി കിട്ടി യപ്പോഴാണ് ഞാൻ ഞെട്ടലോടെ ആശാനെ നോക്കിയത്. "ഈ ചെണ്ട പഠിക്കുക എന്നത് ഒരു തമാശയല്ല. കലാവാസന കൂടി വേണം. എന്ത് പറഞ്ഞിട്ടെന്താ ആരുടെയോ നിർബന്ധത്തിനിങ്ങോ ട്ട് പോന്നോളം". "സോറിയാശാനെ, സുമേച്ചി പോകുന്നത് കണ്ടിട്ട് അറിയാതെ നോക്കിപ്പോയതാ ഇനി ഇങ്ങനിണ്ടാവ്വല", ആശാനോട് നല്ലണം നിന്നില്ലെങ്കിൽ പണി പാളും എന്ന് നന്നായറിയുന്നതിനാൽ ഒരു പാവത്തിനെപ്പോലെ ഞാൻ മരത്തടിയിലാഞ്ഞ് താളമിട്ടു. അല്ലെങ്കിലും ഈ ചെണ്ടയെല്ലാം പഠിച്ചിട്ട് ഞാനെന്താവാനാ. അതും ലച്ചന്റെ അച്ചന്റെ പണിയ. ഓള പഠിപ്പിക്കാൻ വിടുമ്പം അവളൊരൊറ്റ പെൺകുട്ടിയായിട്ട് വിടണ്ടേ എന്ന് പറഞ്ഞ് എന്നെയും കൂടെ വിടാൻ പറയുമ്പോഴേക്കും, ഒരു കല പഠിച്ചിരിക്കുന്നത് നല്ലതാ ഭാവിയിൽ എന്ത് ഗുണാ ഉണ്ടാവുക എന്ന് പറയാൻ പറ്റില്ലല്ലോ എന്ന് കരുതി അമ്മേന്റെ നിർബന്ധം സഹിക്കാൻ വയ്യാഞ്ഞ് അച്ചൻ ഉന്തിത്തള്ളി വിട്ടതാ, അല്ലാതെ എനിക്ക് താല്പര്യമൊന്നും ഉണ്ടായിട്ടില്ല. എങ്ങനെ യൊക്കെയോ കല്ലിലടിച്ച് പഠിച്ച കഴിഞ്ഞിട്ടിപ്പോൾ തടിയിലെത്തി യിരിക്കുവാണ്. തടിയിൽ അടിച്ച് പഠിച്ച കഴിഞ്ഞാൽ പിന്നെ ചെണ്ട തരുമെന്നാണ് ആശാൻ പറഞ്ഞിരിക്കുന്നത്. ഇഷ്ടമായിട്ടല്ലെങ്കിലും ഇതേങ്കിലും പൂർണ്ണമാക്കാൻ കഴിഞ്ഞാ മതിയായിരുന്നു. പാവം അമ്മ. അമ്മയ്ക്കും ആഗ്രഹമുണ്ടാകില്ലെ മക്കൾ എല്ലാം പഠിച്ച് വല്ല്യ നെലേലെ ത്തണമെന്ന്. പാട്ട പഠിക്കാൻ വിട്ടതാണേൽ അതും ബഹ വിറ്റാണ്. പ്രശസ്ത പാട്ടുകാരനും സ്കൂളധ്യാപകനുമായ സുബ്രഹ്മണ്യൻ മാഷെടുത്ത വിട്ടതെല്ലാം. സാറ് സ....ന്ന് ബെയ്സില് പാട്ടമ്പോ ഞങ്ങളൊരുമാ തിരി പോത്തമറുന്ന മാതിരി സാ...ന്ന് കാറി കൂവ്വം . കുഞ്ഞാലിയാ ക്കാന്റെ മകൻ കോയാ ലിയാക്കാന്റെ വീടിന്റെ നല്ല നീണ്ട നൂർന്ന

കോലായിലിരുന്നായിരുന്ന ഞങ്ങൾ പാട്ട പഠിച്ചാ. വേറൊന്നുവല്ല, പട്ടാമ്പിക്കാരനായ മാഷ് കോയാലിയാക്കാന്റെ വീടിന്റെ ചെരുവക ത്തായിരുന്ന താമസിച്ചിരുന്നത്. അതോണ്ടന്നെ, ഓലെ മോള് കദീജയ്ക്ക് പാട്ട് ഫ്രീയായിട്ട് പഠിക്കും ചെയ്യായിരുന്ന. ന്തായാലും ഞങ്ങളെ കൊണ്ട് ഗതികെട്ടിട്ടാവും, മാഷ് അധിക ദിവസസവും നാട്ടിലേക്കാന്ന് പറഞ്ഞ് മുങ്ങിക്കളയും. ഞായറാഴ്ച ദിവസല്ലേ, വല്ല കല്യാണോ, കാത്ത കുത്തോ ഉണ്ടെങ്കി മുന്നേ പൊറപ്പെടുന്നതിനാൽ ചിലപ്പം സാറ്ണ്ടാവുന്നീസം ഞങ്ങളിണ്ടാവുല്ല. ചുരുക്കം പറയ്യാച്ച ഞങ്ങള് പോവുമ്പം സാറ്ണ്ടാവുല്ല, സാറ്ണ്ടാവുമ്പം ഞങ്ങള് പോവുല്ല. അങ്ങനെ എന്നെയൊര കേരളത്തി ലില്ലേലും വയനാട്ടിലേങ്കിലും അറിയപ്പെടുന്ന പാട്ടുകാരിയാക്കണമെന്ന അമ്മയുടെ ആഗ്രഹം അവിടം കൊണ്ടവസാനിച്ചു. ന്തായാലും മോളെ ഒര ചെണ്ടക്കാരിയാക്കണമെന്ന അമ്മേന്റെ ആഗ്രഹമെങ്കിലും നടന്നാ മതിയായിരുന്നുവെന്ന് കരുതി ഞാൻ തടിയിലടിയോടടി തുടർന്നു.

എങ്കിലും അടിക്കിടയിലും സുമേച്ചിയുടെ കാര്യം മനസ്സിന്ന് പോയില്ല. ഒരു നീലപ്പള്ളി ചുരിദാറെല്ലാം ഇട്ട്, കയ്യിലൊര കവറെല്ലാം പിടിച്ചാണ് മൂപ്പത്തീന്റെ പോക്ക്. കവറില് നറച്ചം എന്തായാലും പലേ തരത്തില്ല ള്ള ബേക്കറിയായിരിക്കും. സുമ മാറിയൊര മാറ്റം നോക്ക്, കല്യാണം കഴിയുമ്പോഴേക്കും പെൺകുട്ട്യോള് ഇങ്ങനെ മാറി പോവ്വോ? എന്നുള്ള ഇപ്പറത്തെ വീട്ടിലെ മറിയ ചേച്ചീന്റെ സംശയത്തിന് സത്യമില്ലാതില്ല. ഒരു പാവാടേം ബ്ലൗസ്സും മാത്രമിട്ട് തല നിറച്ച് എണ്ണ വാരിപ്പൊത്തി ഇല്ലിയെടുത്ത് മെടഞ്ഞു മാത്രം നടന്ന സുമേച്ചി ഇപ്പം തലേല് ഷാമ്പുവെ ല്ലാംമിട്ട് പറപ്പിച്ച് മുടി മേലോട്ട് ചീകി പൊക്കിക്കെട്ടി, ചുരിദാറും മിഡിയും മെല്ലാം ഇട്ടിട്ടാണ് വര്യാ. കൂട്ടത്തില് സോമനാഥേട്ടനെ കണ്ടാ പക്ഷേ ചിരി വരുംട്ടോ. സുന്ദരിയായ സുമേച്ചിന്റെ കൂടെ ഞരമ്പ് പോലത്തെ ഒര സാധനം പാന്റെല്ലാം ഇട്ട് ഫുൾ കൈ ഷർട്ടും, ഷർട്ടിന്റെ കഴത്തിന്റെ മോളിലെ ബട്ടനും കയ്യിന്റെ ബട്ടനും എല്ലാം ഇട്ട് കാല് പൊളച്ച് ആടി യാടിയുള്ള നടത്തോം എല്ലാം കൂടി സുമേച്ചിക്ക് കണ്ണ പറ്റാതിരിക്കാൻ കൂട്ടത്തില് നടക്കുന്ന കോലം പോല്യുണ്ടാകുമായിരുന്ന." ഓന്റെ കോലം അങ്ങനെയൊക്ക ആയിക്കോട്ടെ, ഒനാളശാറാ! എന്ത കാര്യത്തിനും മതി, സുമ രക്ഷപ്പെട്ടു." എന്ന് അമ്മ പറയുന്നത് ഒര പക്ഷേ ശരിയായി രിക്കും. അതല്ലേ സുമേച്ചിയ്ക്ക് എന്ത് പറഞ്ഞാലും വാങ്ങിക്കൊടുക്കുന്നത്.

സുമേച്ചിനെ പെണ്ണുകാണാൻ വന്നപ്പോഴേ ഞങ്ങള് ശ്രദ്ധിച്ചതാ അയാള് മുറി പോയി വർത്താനം പറയുമ്പോ സുമേച്ചിക്ക് ജംസ് മുട്ടായി കൊടുക്കുന്നത്. അന്ന് ഞാനും, ബാവും രതീശ്രം ജനലഴി പിടിച്ച് ചൊമരിന്റെ ചെറിയ തിണ്ടമ്മെല്യുകൂടി വലിഞ്ഞു കയറി അവര് വർത്താനം

പറയുന്നത് നോക്കിയത് അയാള് കണ്ടിരുന്നെന്ന് തോന്നുന്നു, പിന്നെ നിശ്ചയത്തിന് വന്നപ്പോ എന്നെ അടുത്ത് വിളിച്ച് പേരെല്ലാം ചോദി ക്കുന്നതിനിടയിൽ ചേച്ചി ജംസു മിഠായി തന്നോ? എന്ന് ചോദിച്ചത്. അയ്യോ! ഞങ്ങളന്ന് നോക്കീത് അയാള് കണ്ടല്ലോ എന്ന നാണത്തിൽ ഞാൻ തലകുനിച്ചപ്പോൾ അയാളടെ വക, കുനിഞ്ഞ് ചെവിയിലൊരു ചോദ്യവും, അന്ന് ഞങ്ങൾ സംസാരിക്കുമ്പോൾ ജനാല വഴി ഒളിഞ്ഞു നോക്കിയ ആ കണ്ണടക്കാരിയല്ലേ, ഈ കണ്ണടക്കാരിയെന്ന്, മാത്രല്ല കൂട്ടത്തിൽ രണ്ട് വികൃതി ചെക്കൻമാരുമുണ്ടല്ലോയെന്ന്, ആ പഹയൻ മാരാണേൽ പരിസരത്തു പോലുമില്ല. ആകെ നാണം കെട്ട് തലതാഴ്ത്തി നിന്ന എന്നെ ചൂണ്ടി കാണിച്ചയാൾ അയാളടെ കൂട്ടകാരനോടൊരു പറച്ചില്ലും, ഇവളാല നമ്മൾ വിചാരിക്കുന്ന പോലല്ല അത്തുക്കും മോളെയാ...അപ്പോൾ പല നിറങ്ങളില്ലുള്ള ഉളിക പോലത്തെ ജംസുമുട്ടായിന്റെ ചിത്രമുള്ള കവറെന്റെ മുന്നില്ലൂടെ എന്നെ കളിയാക്കി കൊണ്ട്പാറി കളിക്കുന്നത് പോലെയെനിക്ക് തോന്നിപ്പോയിരുന്നു. വയ്യ ഇനിയൊരു നാണക്കേടിന് ഞാനില്ല. ഞായല്യം അയാളില്ള പ്പോ ഞാനവിടെ പോകില്ലെന്ന് ഒറച്ച് തീരുമാനിച്ച് ജംസ് മുട്ടായിയെ മനസ്സിൽ നിന്നേ മാറ്റി നിർത്തി ഞാൻ വീണ്ടും തടിയിലടിക്കാൻ തുടങ്ങി.

കുഞ്ഞിവല്ല്യമ്മ

കരിമ്പിൻ തോല് പല്ലുകൊണ്ട് കടിച്ച് കീറി കരിമ്പ് കടിച്ച് നീര കുടിച്ചോണ്ട് തോട്ടിലേക്കോടുന്നതിനിടയിൽ ലച്ചവൊല പുല്ല വള്ളിയിൽ കുടുങ്ങി തോട്ടവക്കിൽ നിന്നും തോട്ടിലേക്കുരുണ്ട വീണു. ഞങ്ങളെല്ലാം ചിരിയോ, ചിരി എന്ന പറഞ്ഞാൽപ്പോര പൂരം ചിരിയായി. അതുകൂടി കണ്ടപ്പോൾ ലച്ച ഉറക്കെ വാവിട്ട് കരയാൻ തുടങ്ങി. അവളുടെ കരച്ചില് കേട്ട് വല്ല്യച്ചനെങ്ങാനും വന്നാൽ പണി പാളം എന്ന മനസ്സിലായ രതീഷ് വേഗം ലച്ചനെ കൈ പിടിച്ച് വലിച്ച കയറ്റി. അതു കണ്ട നിന്ന ബാവ അവനെ കളിയാക്കി, "പൊട്ടൻ അവളേതായാല്ലും കുളി ക്കാനുള്ളതല്ലേ പിന്നെന്തിനാടാ പൊട്ട ഗണേശ നീ വലിച്ച കേറ്റണേ? അവളാണേൽ അതില്ലും വലിയ പൊട്ടത്തി, കുളിക്കാൻ നീ യ്യീ തോട്ടിൽ തന്നെയല്ലേ ഇറങ്ങേണ്ടത്, അല്ലാതെ മാനത്തൂന്ന് നിനക്ക് വേറെ തോടൊന്നും പൊട്ടി മൊളച്ച് വരില്ലല്ലോ? അവൾടെയൊര കരച്ചില്." "അതിന് തോട്ടില് വീണോണ്ടല്ല ഞാങ്കരഞ്ഞത്, കുളിച്ചിട്ടിടാനുള്ള എന്റെ കുപ്പായം മുഴുവൻ നനഞ്ഞു പോയില്ലെ? ഇട്ടതാച്ചാ മുഴുവനും ചളിയുവായി. ഞാനിനി ഏതാ ഇട്വാ... കുഞ്ഞി വല്ല്യമ്മ വന്നാ ചീത്തപ റീലെ, അതോർത്താ ഞാൻ കരഞ്ഞത്".

രണ്ട മാസത്തെ വേനലവധിയ്ക്ക് ഞങ്ങൾ കുരാച്ചണ്ടില്ലുള്ള കുഞ്ഞി വല്ല്യമ്മയുടെ വീട്ടിൽ വിരുന്നു കൂടാൻ പോയതായിരുന്നു. എവിടെ പോകുമ്പോഴും മൂത്തമ്മയായാല്ലും അമ്മയായാല്ലും ഞങ്ങളെ നാലു പേരെയും ഒരുമിച്ച മാത്രമേ വിട്ടുള്ളു. സ്കൂളടച്ചാൽപ്പിന്നെ ഞങ്ങളെയും കൊണ്ട് നിൽക്ക പൊറുതിയുണ്ടാവില്ലെന്നറിയുന്നതിനാൽ പാവം കുഞ്ഞി വല്ല്യച്ചൻ പാടത്തും പറമ്പില്യമെല്ലാം ഉള്ള പണികളെല്ലാം വേഗം തീർത്ത വയ്ക്കും. വല്ല്യമ്മയെ കാണാനുള്ള ധൃതി വല്ല്യച്ചനാ ണേല്ലും അത് ഞങ്ങടെ തലേല് കെട്ടിവയ്ക്കും, കൊച്ചുകള്ളൻ. പക്ഷേ

ഞങ്ങളതൊന്നുമറിയാത്ത മട്ടിലങ്ങ് നിന്നേക്കും. പാവം വല്യച്ചൻ അമ്മ മ്മേന്റെ അനിയത്തിയെ കല്യാണം കഴിച്ച കുഞ്ഞി വല്യച്ചന് മക്കളൊന്നു മില്ല. എങ്കിലും കുരുത്തക്കേട് കളിക്കമ്പോ തല്ലമെങ്കിലും രണ്ട് പേർക്കും ഞങ്ങളെ വല്യ കാര്യാ. ഇവിടെ തോട്ടവ്വം വയല്വം മേലേടത്തെ പഴേ തറവാട്ടും ഒക്കെ വല്യച്ചന് സ്വന്തം ഇണ്ട്ന്ന് പറഞ്ഞിട്ടെന്താ കാര്യം. വല്യമ്മ ഇങ്ങോട്ട് വര്വേയില്ല. കല്യാണം കഴിഞ്ഞയുടനെ വല്യച്ചന്റെ അമ്മ വല്ല്യമ്മയോട് ഭയങ്കര പോര് കുത്തിയിട്ട് മടത്ത് വല്യമ്മ വല്ല്യ മ്മേന്റെ മല്ല് മുണ്ടും എട്ടത്ത് എറങ്ങിയതാത്രേ. വല്യച്ചൻ കൊണ്ടാക്കി കൊടക്കാൻ നോക്കീട്ട് അതിന പോല്വം സമ്മതിച്ചില്ലാത്രേ. അത്രഗ്ല് ദുഷ്ട്ടത്തിയാണ് പോല്വം വല്യച്ചന്റമ്മ . ഓരോ നേരത്തേക്കും ഭക്ഷണം വയ്ക്കാൻ സമയത്തിന് കുറച്ച് മുമ്പ് നെല്ലെടുത്ത് കൊടുത്തിട്ട്, അത് കുത്തി പ്പാറ്റി കഞ്ഞി വയ്ക്കണം പോല. സമയം വൈകിയാല്വം ചീത്ത, തൈകയാ തായാല്വം ചീത്ത, അഥവാ തൈകയാതായാല്‍ നിന്റെ കൈയ്ക്ല് വർക്ക ത്തില്ലാന്നും പറഞ്ഞ് അടുപ്പത്തുള്ള ചൂട വെള്ളം തലയില്വടെ ഒഴിക്കും പോല്വം, മാത്രല്ല ഉണ്ണാനും ഉടക്കാനും ഒന്നും കൊടുക്കലത്രേ. അങ്ങനെ യെല്ലാം സഹികെട്ടിട്ടാണ് കഞ്ഞി വല്യമ്മ കുരച്ചണ്ടിലേക്ക് പോയത്. വല്യമ്മയ്ല് പോകാൻ ബസ്സിന് പോല്വം പൈസയില്ലാഞ്ഞിട്ട്, പറയൻ വേലായുധന്റെ ഭാര്യ കൊച്ചമ്മിണിയാണ് വേലായുധനോട് പൈസ വാങ്ങി കൊടുത്തത് എന്ന് മുത്തമ്മയെല്ലാം പറയുന്നെ കേട്ടിക്കി. പാവം വല്യച്ചന് അതിന്റെ വക വേറെയും ആട്ടും ഇപ്പും കേക്കണായിരുന്ന പോല്വം. "ഉം, മേലേടത്തെ എളാമ്പ്വരാട്ടിയായി വന്ന് കേറീട്ട്, ഇവിടം ഓക്ക് സുഖം പോരാഞ്ഞിട്ട് പറയന്റെ പൈസേം ബാങ്ങി പടിയെറങ്ങീ ക്കി, ഒരുമ്പട്ടോള്... ഉം, എനിയെങ്ങാനും നീയോളെ കണ്ടിട്ടിണ്ടേല്‍ നിന്റെ ശവം ഞാനെടുക്കും 'കേറി പോടാ അകത്ത് വല്യച്ചൻ അകത്ത് കയറി പോയിട്ട് അമ്മ കാണാതെ പൊറകില്വടെ പോയി വല്ല്യമ്മയെ ആരുമറിയാതെ ബസ്സ കയറ്റിക്കൊടുത്ത്വ എന്നൊക്കെ പറയുന്ന കേക്ക ല്വണ്ട്. എന്തൊക്കെയായാല്വം തോട്ടത്തിലെ പണി തീരുന്ന സമയത്ത് വല്യച്ചന് ഇടയ്ക്കൊക്കെയൊരു മുത്തപ്പൻ കാവില് പോക്കണ്ടത്രേ'. അങ്ങനെയൊക്കെയായാല്വം വല്യച്ചന്റെമ്മ മരിച്ച പോയതിന്റെ ശേഷം മേലേടത്ത് തറവാട്ടില് വല്യച്ചനൊറ്റക്കായിട്ടും വല്യമ്മ തിരിച്ച വന്നില്ല. വല്യച്ചൻ അങ്ങോട്ട് കൂടെ കൂടെ പോവും. മാത്രല്ല ഞങ്ങള് കാണാണ്ടെ സീതാപ്പഴവ്വം പേരയ്ക്കും, കൊലപഴപ്പിച്ചതുമെല്ലാം കൊണ്ടുപോകും.

ഒറ്റയ്ല് ആര്വം ഇണയില്ലാതായപ്പോൾ വയസ്സായ കുഞ്ഞി വല്യമ്മേന്റെ ദീനം പിടിച്ച് കിടക്കന്ന അമ്മയ്ല് മരുന്ന വാങ്ങാൻ വകയില്ലാതായപ്പോ ഴാണ്. കുരച്ചണ്ടിലെ അന്നത്തെ നാട്ടുപ്രമാണിയായ സോമനാഥൻ

നായരുടെ വീട്ടിൽ അടുക്കളപ്പണിക്ക് പോയി തുടങ്ങിയത്. അതിന്നും കുഞ്ഞി വല്യമ്മ ഇത്ര പ്രായായിട്ടും നിർത്തിയിട്ടില്ല. സോമനാഥൻ നായരുടെ ഭാര്യ സുചിത്ര ചേച്ചിയ്ക് വല്യമ്മയെ നല്ല കാര്യായിരുന്നു. അവരെല്ലാ സഹായവും വല്യമ്മയ്ക്ക് ചെയ്ത കൊടുക്കുമായിരുന്നു. ദീനം മൂത്ത് മരിച്ച അമ്മയുടെ ചടങ്ങുകളെല്ലാം അവരാണ് ആളെ വിട്ട് ഭംഗിയായി ചെയ്തിരുന്നത്. അന്ന് വല്യച്ഛന്റെ അമ്മ ജീവനോട്ടുള്ള തിനാൽ ഞാറ്റ നടൽ സമയമായതിനാലും കള്ളം പറഞ്ഞ് മുങ്ങാൻ പോല്യം പാവം വല്യച്ഛന് സാധിച്ചില്ല എന്നയും മറ്റൊരു വാസ്തവമായിര ന്നു. അമ്മായിഅമ്മയുടെ സ്വഭാവം കുഞ്ഞി വല്യമ്മയ്ക്ക് നന്നായി അറിയു ന്നതിനാൽ ഇന്നുവരെ വല്യമ്മ ഒരു വാക്ക് കൊണ്ട് പോല്യം വല്യച്ഛനെ കുറ്റപ്പെടുത്താത്തയും ആ മനസ്സുകൾ തമ്മിലുള്ള സ്നേഹത്തിന്റെ ഉത്തമ ഉദാഹരണമായിരുന്നു.

ഞങ്ങൾ വേഗം തോട്ടിലിറങ്ങി കുപ്പായമെല്ലാം പാറക്കല്ലിലിട്ട് അലക്കി പാറപ്പറത്തുണക്കാനിട്ടിട്ട് നീന്താനും കുളിക്കാനും തുടങ്ങി. ഏകദേശ മൊരു മൂന്ന മൂന്നരയ്ക്ക് തോട്ടിലിറങ്ങിയാപ്പിന്നെ സന്ധ്യയാവ്നുന്നതുവരെ കളിയോ കളിയായിരിക്കും. കുന്നിന്റെ മുകളിൽ നിന്ന് വല്യമ്മയിറങ്ങി വരുന്ന സമയം ഏതാണ്ടാവുമ്പോൾ ഞങ്ങൾ ധൃതിയിൽ കുളിച്ച് കയറും. വല്യമ്മയുടെ കയ്യിൽ അധികദിവസവും എന്തെങ്കിലും പൊതിയുണ്ടാ വും. അങ്ങ് കുട്ട്യോളെല്ലാം ഉള്ളതല്ലേ നിങ്ങളിതങ്ങെടുത്തോളിയെന്ന് പറഞ്ഞ് സുചിത്രേച്ചി വല്യമ്മയെ പൊതിയേൽപ്പിക്കും. ആ പൊതി ആദ്യം കയ്യിൽ കിട്ടാൻ വേണ്ടി ഞങ്ങളോട്ടം തുടങ്ങും. വലിയ പാറ ക്കെട്ട് കൊത്തി കൊത്തി വീതിയുള്ള നടകളാക്കി, സൈഡെല്ലാം മതില പോലെ കുഞ്ഞി വല്യച്ഛൻ തന്നെ പണിതെടുത്ത ആ നടയിൽ ഇറങ്ങിക്കളിക്കാനും കയറിക്കളിക്കാനും നല്ല രസ. മാത്രല്ല നടയിറങ്ങി വന്നാൽ താഴെയായിട്ട് പാറ തുരന്നുണ്ടാക്കിയ ഒരു കോണിയുണ്ടേട്ടാ. ആകെ ഒരു ബക്കറ്റോ രണ്ട ബക്കറ്റോ മാത്രും വെള്ളമുള്ള കുഞ്ഞി കഴി എന്ന് തന്നെ പറയാം. പക്ഷേ അത്ഭതമെന്ന് പറയട്ടെ എത്ര വെള്ളം മുക്കിയാല്യം ആ കേണി വറ്റില്ല, നല്ല തെളിനീർ പോലത്തെ വെള്ള വുമായിരിക്കും. നടയുടെ രണ്ട ഭാഗങ്ങളില്യം പാറക്കെട്ടിനിടയിൽ മണ്ണുള്ള സ്ഥലത്തെല്ലാം വല്യച്ഛൻ നാരങ്ങ മരം നട്ടിട്ടുണ്ട്. ഞങ്ങൾ രണ്ട് മാസത്തെ അവധിക്ക് പോകുന്ന സമയം അതിലെല്ലാം നിറയെ നാരങ്ങയുണ്ടാവും .

ഞങ്ങൾ ഓടി കയറിപ്പോയി വല്യമ്മയെ വട്ടമിട്ട പിടിക്കും. ആർക്ക കൊടുത്താല്യം കച്ചറയാകുമെന്നതിനാൽ വല്യമ്മ ഒരു മുടന്തൻ ന്യായം പറയും ഏറ്റവും ചെറിയ കുട്ടിയുടെ കയ്യിൽ കൊടുക്കാം എന്നാലാർക്കും

വിഷമമില്ലല്ലോ? എന്ന്. അപ്പോപ്പിനെ ലോട്ടറിയടിക്കവ എനിക്ക തന്നെ, പൊതിയെന്റെ കയ്യിൽ തരും... ബാവു പോയി നാല് വാഴച്ചീ ന്നെടുക്കും. നാലിലയില്ലും ഞാൻ കൃത്യമായി വിളമ്പിയ ശേഷം വല്ലു ച്ചനുള്ളത് വല്ല പ്പച്ചയും കൊണ്ടപോകേണ്ടെന്ന് കരുതി അടുക്കളയിൽ തൂക്കിയിട്ടിരിക്കുന്ന ഉറിയിലെടുത്ത വയ്ക്കും. പീടേ്യപ്പോയി സാധനവുമായി വരുന്ന വല്യച്ചന് ഞാൻ തന്നെ കൊണ്ട് പോയി കൊടുക്കും. അപ്പോ വല്യച്ചന്റെ മുഖത്തൊരു ചിരിയുണ്ട്. അതു കാണാൻ നല്ല ശേലാണ്. മധുര പലഹാരം കിട്ടിയതിനേക്കാൾ ഞാൻ വല്യച്ചന് കരുതലോടെ എടുത്ത വച്ചതിന്റെ സന്തോഷമാണ് ആ മുഖത്ത് പ്രകടമാകുന്നത്. കൊച്ചുകള്ളി, വല്യമ്മയ്ക്ക് നന്നായറിയാം ഞാൻ വല്യച്ചന് വൃത്തില് എടുത്ത വയ്ക്കുമെന്ന്. അതുകൊണ്ട തന്നെയാണ് ആ പാവം എന്നെ ഏല്പിക്കുന്നത്.

ഒരു ദിവസം ഞങ്ങൾ വാശി പിടിച്ചതു കൊണ്ട, ചെക്കൻമാരവിട്ടന്ന് കുരുത്തക്കേട് കളിക്കും നിങ്ങളെപ്പിന്നെ കൊണ്ടപോകാമെന്ന് പറഞ്ഞ് ബാവുനെയും രതീഷിനെയും വല്യച്ചന്റടുത്താക്കീട്ട് കുഞ്ഞിവല്യമ്മ ഞങ്ങളെ കൂട്ടി കുന്നംപുറത്തേ വീട്ടിൽ പോയി. പ്രായം കൊണ്ട് വളവു വന്നിരുന്ന വല്യമ്മ വടിയും കുത്തിപ്പിടിച്ച് കുന്ന കയറിപ്പോയാണല്ലോ ആ വീട്ടിൽ പോയി അടുക്കള പണിയെടുക്കുന്നത് എന്നോർത്ത് എനിക്ക് വല്ലാത്ത സങ്കടം തോന്നി പക്ഷേ ഒരു ബുദ്ധിമുട്ടും പുറമേ കാണിക്കാതെ മോണകാട്ടിയുള്ള ചിരിയിലും കഥ പറയലിലും സ്ഥല ങ്ങൾ പരിചയപ്പെടുത്തലുമൊക്കെയായി ഞങ്ങൾ കൊട്ടാരം പോലുള്ള ആ വീട്ടിലെത്തി .ഞാൻ ജീവിതത്തിലിന്നേ വരെ അത്രോം വലിയ വീട കണ്ടിട്ടില്ലാത്തതിനാൽ അതിനുള്ളിലേക്ക് കയറാനൊന്ന് പേടിച്ചു. "ഹാഹാ ഇതാരൊക്കെയാ വന്നിട്ടുള്ളത്. കയറി വാ "എന്ന സുന്ദരിയായ സുചിത്ര ചേച്ചിയുടെ സ്നേഹത്തിന മുന്നിൽ ഞാൻ വീണു. ഞാനും ലച്ചം വളരെ അടക്കത്തോടെയും ഒതുക്കത്തോടെയും കയറി ഒതുങ്ങി നിന്നു. കാരണം അവരെല്ലാം വലിയ ആളുകളാണ്. വല്യമ്മയ്ക്കവിടെ അടുപ്പിൽ പാചകം ചെയ്യേണ്ട പണി മാത്രമായിരുന്നു. മറ്റ കഷ്ണം മുറിക്കാനം പാത്രം കഴുകാനം, തുത്തുവാരാനം എല്ലത്തിനം ആളുകളുണ്ടായിരുന്നു. പെൺകുട്ടികളില്ലാത്ത സുചിത്രേച്ചിയ്ക്ക് ഞങ്ങളെ നല്ലിഷ്ടായിട്ടാണെന്ന തോന്ന മുടി ചീകി കൊമ്പു കെട്ടിത്തരികയും, കണ്ണെഴുതിപ്പൊട്ട് തൊട്ട് തരികയും ഒക്കെ ചെയ്ത. ഏതോ ഒരു ചേച്ചിയെ കൊണ്ട് കറുത്ത മുന്തിരി ജ്യൂസടിപ്പിച്ചിട്ട് അതില് ഫ്രിഡ്ജിലുള്ള ഐസും കഷ്ണമിട്ട തന്ന. സന്തോഷത്തോടെ ഞങ്ങളാ തണുത്ത ജ്യൂസ് കുടിക്കുന്നതിനിടയിൽ പിന്നെ തിന്നാമെന്ന് കരുതി അതിലിട്ട ഐസ് കയ്യിലെടുത്ത പിടിച്ച്.

ഉള്ളങ്കയ്യിൽ നല്ല തണുപ്പടിച്ച് ഞങ്ങൾ പെടച്ച് കളിച്ചപ്പോൾ കുഞ്ഞി വല്ല്യമ്മ വേഗം ഞങ്ങളെ കണ്ണുറിക്കി കാണിച്ചു. ശരിയാ വലിയ വീട്ടില് വന്നിട്ട് ഇങ്ങനെയൊന്നും കളിക്കുന്നത് ശരിയല്ലാ എന്ന് മനസ്സിലാ ക്കിയ ഞങ്ങൾ വേഗം ഐസ് ഗ്ലാസ്സിലേക്ക് തന്നെയിട്ട് സാവകാശം ജ്യൂസ് കുടിച്ചു. അപ്പോൾ മനസ്സിൽ വല്ലാത്തൊരു സങ്കടം തോന്നി ബാവ്വനും രതീഷിനും ഇതൊന്നും കിട്ടീലല്ലോന്നോർത്ത്. സാരല്ല, വല്ല പലഹാരവും കിട്ടുമ്പോൾ കീശേലെടുത്ത വയ്ക്കാം എന്നോർത്ത് ആശ്വ സിച്ചു.

ഞങ്ങൾ ദൂരേക്ക് പോകാതിരിക്കാൻ വല്യമ്മ ഞങ്ങളെ അടുക്കളയിൽ ത്തന്നെയിരുത്തി. ഉച്ചക്ക് എല്ലാവർക്കും ഭക്ഷണം വിളമ്പി കൊടുത്ത ശേഷം കോഴിയിറച്ചി വച്ച പാത്രത്തില് ചോറിട്ട കുഴച്ച് ഞങ്ങളെ തീറ്റി തരുന്ന വല്ല്യമ്മയുടെ മുഖത്ത് എന്തോ ഒരു സങ്കടം നിഴലിക്കുന്നുണ്ടോ എന്ന് എനിക്ക് തോന്നി. ഒരു പക്ഷേ സ്വന്തമായൊരു കുഞ്ഞുണ്ടായിരു ന്നെങ്കിൽ എന്നായിരിക്കും അവർ ഓർത്തത്. പാവം കുഞ്ഞി വല്ല്യമ്മ.

ഭാമേച്ചി

ഉറക്കത്തിൽ നിന്ന് ഞെട്ടിയുണർന്നപ്പോൾ കണ്ട കാഴ്ച ഭാസ്ക്കരേട്ടൻ നിലത്തിട്ട് ചവിട്ടി തല്ലി കൂട്ടുന്ന ഭാമേച്ചിയെയാണ്. ഇത് കണ്ട് പേടിച്ച് ഭാമേച്ചിയെ ഒന്നും ചെയ്യല്ലേ എന്ന് പറഞ്ഞ് കരഞ്ഞു കൊണ്ട് ഞാൻ ഭാമേച്ചിയെ തടഞ്ഞുവച്ചു. അതേസമയം ഇത്തിരിപ്പോന്ന നീയെന്നെ തടയുന്നോ? എന്ന് അലറിക്കൊണ്ട് എന്നെ ശുക്കിയെട്ടുത്തു. അയ്യോ അവളെയൊന്നും ചെയ്യല്ലേ, അവളാദ്യായിട്ട് ഇവിടെ കൂടാൻ വന്നതാ, ചെറിയ കുട്ടിയല്ലേ എന്ന് പറഞ്ഞ് ഭാസ്ക്കരേട്ടന്റെ കയ്യിൽ നിന്നും രക്ഷപ്പെടുത്തിയ ശേഷം, ഈ മനുഷ്യന്റെ കണ്ണിൽപ്പെടാതെ എന്നോടെവിടേക്കെങ്കിലും ഓടി രക്ഷപ്പെട്ടോളാൻ പറഞ്ഞു. അപ്പോ ശേഷം സജിത എന്നേയും വലിച്ചോടി. ഏതോ പരിചയമില്ലാത്ത പറമ്പിലൂടെ എന്നെയും വലിച്ചവൾ അടുത്തുള്ള വീട്ടിലേക്കോടി. അവളാ വീട്ടിന്റെ വാതിലിൽ മുട്ടി വിളിച്ചു. നല്ല രാത്രിയായതു കൊണ്ട് ആ വീട്ടുകാരെല്ലാം നല്ല ഉറക്കം പിടിച്ചതുകൊണ്ടാവാം കുറേ സമയം കഴിഞ്ഞാണ് വാതിൽ തുറന്നത്. വാതിൽ തുറന്നയുടനെ, ആ ചേച്ചി ചിരിച്ച കൊണ്ട് സജിതയെ നോക്കി ചോദിച്ചു, ഇന്നും അച്ഛൻ കുടിച്ച കച്ചറയുണ്ടാക്കാൻ തുടങ്ങിയല്ലേ? നിങ്ങളിവിടെ വന്നവെന്നറിഞ്ഞാൽ അയാൾ ഇവിടെയും വന്ന് കച്ചറയുണ്ടാക്കില്ലേ? എന്ന് ചോദിച്ചിട്ടിതേതാ കുട്ടിയെന്ന് എന്നെ നോക്കി ചോദിച്ചു. സജിത കരഞ്ഞ് കൊണ്ട് അത് അമ്മേന്റെ അമ്മാവന്റെ മോളാന്ന് പറഞ്ഞു. അയാൾടെ സ്വഭാവം അറിഞ്ഞുവച്ചോണ്ട് എന്തിനാ കണ്ട കൂട്ടോളെയെല്ലാം കൂട്ടി കൊണ്ടന്ന് താമസിപ്പിക്കുന്നതെന്നും പറഞ്ഞ് തെല്ലൊരമർഷത്തോടെ അകത്തേ ക്ക് കയറാൻ പറഞ്ഞു. ഞാനൊന്നും മിണ്ടാതെ അകത്തേക്ക് കയറി ഒരു മൂലയിലേക്ക് പേടിച്ചരണ്ട നിന്നു.

ഭാമേച്ചിയും സജിതയും കൂടി ഇന്ന് രാവിലെ വീട്ടിൽ വന്നപ്പോൾ

ഞങ്ങൾ സമപ്രായക്കാരികളായതോണ്ടാവാം സജിതയ്ക്ക് അവൾടെ വീട്ടിലേക്ക് എന്നെയും കൊണ്ട പോകണമെന്ന് നിർബന്ധം. ഞാനും പോകണമെന്ന് വാശി പിടിച്ചതുകൊണ്ടാവാം നിവർത്തികേടുകൊണ്ട് അമ്മ സമ്മതിച്ചത്. വീട്ടിൽ നിന്ന് ഉച്ചക്ക് തിരിച്ചാലെ സന്ധ്യയെക്ക കിലും അവരുടെ വീട്ടിലെത്തുകയുള്ള. വയല്യം, വലിയൊരു കുന്നമെല്ലാം കയറിയിറങ്ങിയാലേ അവിടെ എത്തു. അത്രോം ദൂരമൊന്നും നിനക്ക് നടക്കാനാവില്ല എന്നമ്മ പറഞ്ഞത് അനുസരിക്കാതെയാണ് ചാടി പുറപ്പെട്ടത്. വരുന്ന വഴിയ്ക്ക് ഹവായ് ചെരുപ്പിന്റെ വാറു പൊട്ടിപ്പോയ തിനാൽ കുറച്ച് നേരം പിന്ന കുത്തിവച്ച് നടന്ന നോക്കി. രക്ഷയില്ലാതെ വന്നപ്പോൾ ചെരിപ്പുരി കളഞ്ഞിട്ട് നടന്നതിന്റെ ക്ഷീണം വേറെയും ഉണ്ടായിരുന്നു. പെട്ടന്ന് എത്താൻ വേണ്ടി ചെറിയ കൊള്ളിടുക്കില്ല ടെയെല്ലാം വരുമ്പോൾ കൊങ്ങിണിക്കായയെല്ലാം പറിച്ച് കൊറിച്ച നടന്നതിനാൽ വീട്ടിലെത്തുമ്പോഴേക്കും സന്ധ്യയായതൊന്നും ഞങ്ങ ളറിഞ്ഞതേയില്ല. ഭാമേച്ചി വീട്ടിലെത്തിയയുടനെ കയ്യും കാലും മുഖവും കഴകി വിളക്ക കൊളത്താൻ പോയി. ഞാനും സജിതയും കിണറ്റ കരയിൽ പോയി കാലും കയ്യം കഴകുമ്പോൾ കല്ലും മുള്ളമെല്ലാം തട്ടി മുറിഞ്ഞ എന്റെ കാലിന് നല്ല നീറ്റല്യണ്ടായിരുന്നു. പക്ഷേ വിരുന്ന പോയ സന്തോഷത്തിൽ ഞാനതൊന്നും കാര്യാക്കീല. ഞങ്ങളോടിപ്പോയി, വിളക്ക് തൊട്ട് വന്ദിച്ച് ഭസ്മം തൊട്ട. ഭാമേച്ചി തിരക്കിട്ട് കൈക്കോട്ടമെ ടുത്ത് അടുക്കളപ്പറത്തേക്ക് പോയി. ഞങ്ങളും പുറകേ പോയി. ഭാമേച്ചി കൂർക്കത്തേരിയുടെ ഒരു കോണിൽ നിന്നും കൈക്കോട്ട കൊണ്ട് കുറേ കൂർക്കല്ലുകൾ കൊത്തി മണ്ണ മാറ്റി പെറുക്കിയെടുത്തു. ഞങ്ങളും അതു പെറുക്കാൻ കൂടിയപ്പോൾ വേണ്ട, മണ്ണാകും നിങ്ങള് കാല്യം മുഖവും കഴികിയതല്ലേ എന്ന് പറഞ്ഞ് മാറ്റി നിർത്തി. ശേഷം ഭാമേച്ചി പെറ ക്കിയെടുത്ത കൂർക്കല്ലുകളെല്ലാം ചാക്കിലിട്ട് നിലത്ത് തല്ലി തോല്യ കളഞ്ഞ് കഴകി വൃത്തിയാക്കി മുറിച്ചെടുത്ത് കറിക്കട്ടപ്പില്യ വച്ച്, വറുത്ത പൊടിയെടുത്ത് തിളച്ച വെള്ളത്തിൽ കഴച്ച് വച്ച്, ശേഷം ഞങ്ങൾക്ക് കട്ടൻ ചായയും കായവറുത്തയും തന്നു. ഞങ്ങളതു കഴിച്ച് വളപ്പൊട്ട് കളിക്കാൻ പോയി. കുറച്ച നേരം ബാലരമ വായിച്ച... അപ്പോഴേക്കും ഭാമേച്ചി റൊട്ടിയും കൂർക്കല്യ കറിയും വിളമ്പി. അതും കഴിച്ച് ഞങ്ങൾ പായ വിരിച്ച് കിടന്നു. അച്ഛന്റെ തറവാട്ടിലെ വലിയ നെല്ലിക്ക മരത്തില് നിറച്ചും നെല്ലിക്കയാണ്, നമുക്ക് നാളെ അവിടെപ്പോയി നെല്ലിക്ക പെറുക്കണം ട്ടോ, മാത്രല്ല കണ്ണിമാങ്ങയും ഉണ്ടായിട്ടുണ്ട്, നമുക്ക് അത് ഉപ്പും കൂട്ടി തിന്നണംട്ടോ എന്നെല്ലാം പറഞ്ഞ് തീരുമാനമെടുത്തിട്ട്, കുറേ ദൂരം നടന്നതിന്റെ ക്ഷീണത്തിലാണെന്നു തോന്ന, സജിതയുടെ

ഏട്ടന്മാരെത്തിയതോ, അവളുടെ അച്ഛനെത്തിയതോ ഒന്നും അറിഞ്ഞി
ല്ല. പിന്നീട് കരച്ചിലും ബഹളവും കേട്ടപ്പോഴാണ് ഉണർന്നത്.

പാവം ഭാമേച്ചി, നല്ല സുന്ദരിയായ ഭാമേച്ചിയെ പണ്ട് ഞങ്ങൾടെ
വീട്ടിൽ നിന്നിരുന്ന എടപ്പാളുകാരൻ മാഷ് കല്യാണം കഴിക്കാൻ ചോദി
ച്ചതായിരുന്നുവത്രേ. ഭാമേച്ചിയെ, പത്തിൽ പഠിപ്പിക്കുമ്പോഴേ മാഷ്
നോട്ടമിട്ടു വച്ചതാണ് പോലും. നന്നായി പഠിച്ച് നല്ല മാർക്ക വാങ്ങി
ജയിച്ച ഭാമേച്ചിയെ പ്രിഡിഗ്രിയ്ക്ക് ചേർത്താൻ മാഷാവശ്യപ്പെട്ടത് വലിയ
ജന്മിയായ ഭാമേച്ചീന്റെച്ഛന് അത്ര പിടിച്ചില്ലാത്രേ. പെൺകുട്ട്യോൾ എന്തി
നാത്രയെല്ലാം പഠിക്കണത്, പഠിച്ചത്രേം തന്നെ ധാരാളംന്നും പറഞ്ഞ്
ഭാമേച്ചിയേ കെട്ടിച്ച വിടാനുള്ള തിരക്കായി ഭാമേച്ചിന്റെച്ഛന്. മാഷ്
വിവാഹം കഴിക്കാൻ തയ്യാറാണെന്ന് എന്റെച്ഛൻ വഴി അറിയിച്ചപ്പോൾ
"അയാൾക്ക് എത്ര പറ നെല്ല് കൊയ്യുണ പാടണ്ട്? പറമ്പെത്രണ്ട്?"
എന്നെല്ലാമായി ചോദ്യം. "പാടവും പറമ്പുമൊന്നുമില്ലേലും നല്ലൊരു
സർക്കാരുദ്യോഗമില്ലേ? കാണാനും ആളത്ര കുഴപ്പല്ല്യ, നമുക്കിതങ്ങാ
ലോചിച്ചാലോ, ഏട്ടത്തിക്കും മാഷിനെ വല്ല്യ കര്യാന്ന്" പറഞ്ഞതത്ര
ഇഷ്ടപ്പെടാഞ്ഞിട്ടാണെന്ന് തോന്നു,"ന്നാപ്പിന്നെ അത്രോം കേമനാ
ണെങ്കി നിന്റെ മോളയങ്ങട് കെട്ടിച്ച കൊട്ക്വാ, അതാണ്ത്തമം,
പിന്നെ ഏട്ടത്തീടെയിഷ്ടം ഇവിടാരാ നോക്കണത്. ഇവിടെ പെണ്ണ
ങ്ങള് തീരുമാനമെടുക്കാൻ ആയിട്ടില്ല്യ, ആവ്മ്പ ഞാനറിയിക്യാ ട്ടോ
"ന്നും പറഞ്ഞ് ചാരു കസേരയിൽ നിന്ന് നിവർന്നിരുന്ന് കോളാമ്പി
യെടുത്ത് മുറുക്കാനൊര നീട്ടി ഇപ്പായിരുന്നുവത്രേ. ഒന്നും മിണ്ടാതെ
ഏട്ടത്തിയേയും നോക്കി യാത്ര പറഞ്ഞച്ഛനവിടുന്നിറങ്ങിയത്രേ.

പിന്നീടാണ് ഭാമേച്ചിയ്ക്ക് തേവര് തറവാട്ടീന്ന് ഭാസ്ക്കരേട്ടന്റെ
ആലോചന വന്നതത്രേ. വലിയ കേളികേട്ട തറവാട്, പാടവും പറമ്പും
വേണ്ടുവോളം, മാത്രല്ല മുറ്റത്ത് ഗംഭീരനൊര ഗജവീരൻ. പിന്നെന്തു
വേണം. നല്ല നീളവും വണ്ണവുമുള്ള വെളുത്ത സുന്ദരനായ ഭാസ്ക്കരേട്ടന്റെ
ചുവന്ന ജീപ്പിലുള്ള വരവ് കാണുമ്പോൾ തന്നെ എല്ലാരും നോക്കി
പോകുമത്രേ. പക്ഷേ, മാഷിനോട്ടുള്ള ഇഷ്ടം കൊണ്ടാണെന്ന് തോന്നു
ഭാമേച്ചിയ്ക്ക് ഭാസ്ക്കരേട്ടനെ ഇഷ്ടല്ലായിരുന്നു. വെറും വായ നോക്കിയും
വൃത്തികെട്ട സ്വഭാവവുമുള്ള അയാളെയെന്തിനാണമ്മേ എന്റെ തലയിൽ
കെട്ടിവയ്ക്കുന്നതെന്ന് പറഞ്ഞ് ഭാമേച്ചി പലപ്പോഴും കരയാറുണ്ടത്രേ,
അയാളുടെ മോശപ്പെട്ട സ്വഭാവത്തെക്കുറിച്ച് പറഞ്ഞ ഭാമേച്ചിടെ
അമ്മയോട്, ഉശിരുള്ള ആണങ്ങളായാൽ അങ്ങനെയെല്ലാം ഉണ്ടാക
മെന്ന് പറയുന്ന ഭാമേച്ചീന്റെ അച്ഛനെ നോക്കി ശബ്ദമില്ലാതെ ശപിച്ച
കൊണ്ട് പോകുമത്രേ ഭാമേച്ചിന്റമ്മ.

പാവം! ഭാമേച്ചി, ഭാസ്കരേട്ടന്റെ അച്ഛനും അമ്മയും ഉള്ള കാലം വരെ കുറച്ചൊരു മന:സമാധാനത്തോടെയെല്ലാം കഴിഞ്ഞൂന്ന് വേണം പറയാൻ. ഭാമേച്ചിയ്ക്കി മാഷിനെയിഷ്ട്ടമായിരുന്ന കാര്യം ഭാസ്കരേട്ടനെ ങ്ങനെയോ അറിഞ്ഞതു കാരണം അതിനെ ചൊല്ലി എന്നും ഭാമേച്ചിയെ ഉപദ്രവിക്കുക പതിവായിരുന്നു. പക്ഷേ, നല്ലവരായ ഭാസ്കരേട്ടന്റെ അച്ഛന്റെയും അമ്മയുടെയും സ്നേഹത്തിനു മുന്നിൽ തോറ്റ പോയ ഭാമേച്ചി എല്ലാം ക്ഷമിച്ചവിടെ കഴിഞ്ഞു. സ്വന്തം ഭർത്താവിനെ മറ്റള്ളവരുടെ മുന്നിൽ താഴ്ക്കെട്ടനാഗ്രഹമില്ലാത്ത ഭാമേച്ചി സ്വന്തം വീട്ടിൽ പോലും ഒരു കാര്യവും അറിയിക്കില്ലായിരുന്നു. പിന്നീട് അച്ഛന്റെ മരണശേഷം തൊട്ട് അയാൾ നാട്ടിലെ തന്നെ ഏറ്റവും വൃത്തികെട്ടവനായ് മാറിയത്രേ. പണത്തിന്റെ ഹങ്ക് മുഴുവൻ അവിടുത്തെ പണിക്ക വരുന്ന അടിയാ ത്തിപ്പെണ്ണങ്ങളോട്ടും മറ്റും കാണിക്കുന്നതറിഞ്ഞ് മനംനൊന്താണത്രേ അയാളുടെ അമ്മ മരിച്ചത് അയാളുടെ വൃത്തികെട്ട കളികൾ ഈ തറവാട്ടിൽ വച്ച് നടക്കില്ലെന്ന് പറഞ്ഞതിന്റെ വാശിയ്ക്ക് തറവാടിനോട് ചേർന്നുണ്ടാക്കിയതാണീ വീട്.   തറവാട് ശേഷം അയാൾടെ അമ്മ ഇളയ മകൾ ലക്ഷ്മിക്കുട്ടിക്ക് എഴുതി കൊടുത്തതു കൊണ്ട് അതിന്നും ഐശ്വര്യത്തോടെ തലയുയർത്തി നിൽക്കുന്നുണ്ട്. പിന്നീട്ടുള്ള വൃത്തി കെട്ട സ്ത്രീകളുമായുള്ള അടുപ്പം കാരണം അയാൾ ഉള്ള സ്ഥലങ്ങളെല്ലാം വിറ്റു നശിപ്പിച്ചു. മാത്രമല്ല കുടിച്ച ലക്ക കെട്ട് വീട്ടിൽ വന്നാൽ ഭാമേച്ചി യുടെ നേരെയുള്ള വാൾ പയറ്റ് വേറെയും. ഭാമേച്ചീടെ കുടുംബത്തിൽ അയാൾക്ക് ഇത്തിരിയെങ്കിലും ബഹുമാനവും പേടിയുമുണ്ടെങ്കിൽ അതെന്റെ അച്ഛനെ മാത്രമായിരുന്നു. പാവം ഭാമേച്ചിയാണേൽ ഇയാളുടെ ഉപദ്രവങ്ങളൊന്നും ആരോട്ടും പറയില്ലായിരുന്നു. അല്ല, പറഞ്ഞിട്ടും കാര്യമൊന്നുമില്ലല്ലോ? അന്നത്തെ സ്ത്രീകൾ ഭയങ്കര അഭി മാനികളാണല്ലോ? ഭർത്താക്കൻമാർ എന്ത് വൃത്തികേട കാണിച്ചാലും കയ്യും കെട്ടി നോക്കി നിൽക്കുന്ന കുലസ്ത്രീകൾ. അത്തരമൊരു കുലസ്ത്രീ യ്ക് ഏറ്റവും വലിയ ഉദാഹരണമാണെന്റെ ഭാമേച്ചി. ഭാമേച്ചിയായതു കൊണ്ട് മാത്രമാണ് ഇത്രയും ഭീകരനായ ഭാസ്കരേട്ടനെ സഹിക്ക നത്. ഞായാലും ഭാസ്കരേട്ടന ഇല്ല്യം ഭാസ്കരേട്ടൻ മാത്രമേയുള്ളൂ. പാവം ഭാമേച്ചി നിസ്സഹായയായ ഒരു സ്ത്രീ രൂപവും.

അമ്മിണിപ്പച്ചയുടെ ലീലാവിലാസങ്ങൾ

"രാമേട്ടാ ഓടി വാ...."എന്ന് ഉറക്കേ കാറി ക്ഷവിക്കൊണ്ട് നിറവയറും താങ്ങി ഉയരമുള്ള അടുക്കളപ്പടി കടന്നോടുന്ന ലതേടത്തിയുടെ പുറകെ ഉപ്പേരിക്കുള്ള കായ മുറിച്ച കൊണ്ടിരുന്ന ഞാൻ കത്തിയെല്ലാം താഴേയിട്ട് ഓടി, പടിയിലൊന്ന് ഉരുണ്ടു വീണിട്ടും സാരമാക്കാതെ നടുതളവും കഴിഞ്ഞ് പൂമുഖത്തെത്തി. പരിഭ്രാന്തരായി ഓടുന്ന ഞങ്ങളുടെ പുറകേ അകമടിച്ച കൊണ്ടിരുന്ന എളയമ്മയും, തുണി മടക്കി കൊണ്ടിരുന്ന അമ്മു ചേച്ചിയും ഓടിപ്പൂമുഖത്തെത്തി. കിത ച്ചുകൊണ്ട് നിൽക്കുന്ന ഞങ്ങളെ നോക്കി ചാരു കമ്പേരയിൽ പുസ്തകം വായിച്ച കൊണ്ടിരുന്ന, എളയച്ഛൻ ചാടി യൊഴുന്നേറ്റ് സംഭവമെന്താ ണെന്ന് ആരാഞ്ഞു. ആരും മറുപടി പറയാതെ നിന്നു കിതക്കുന്നതു കണ്ട് "എന്ത പറ്റിയെന്റെ കുട്ട്യോൾക്ക്". എന്ന് പറഞ്ഞ് പരിഭ്രാന്തിയോടെ വീടിനും ചുറ്റം മുറ്റത്തുമെല്ലാം കണ്ണോടിച്ചു. വീണ്ടും എന്തുപറ്റിയെന്നറി യാനായി എന്നെ നോക്കി. ഞാൻ കാര്യമറിയാത്തതിനാൽ ദയനീ യമായി നോക്കി നിന്നു. എന്റെ അതേ അവസ്ഥ തന്നെയായിരുന്ന അമ്മു ചേച്ചിക്കും എളയമ്മയ്ക്കും. ആരും ഒന്നും പറയാൻ കഴിയാതെ ലതേടത്തിയേ നോക്കിയപ്പോൾ ഭയം കൊണ്ട് പറയാൻ വാക്കുകൾ പുറത്തു വരാതെ ആംഗ്യം കാണിക്കുന്ന ലതേടത്തിയേ നോക്കി ഞാൻ അവരോട് നടന്ന കാര്യം അവതരിപ്പിച്ചു. ഞാൻ ലതേടത്തിയോട് മണി ച്ചിത്രത്താഴിലെ കഥ പറഞ്ഞു കൊടുത്തു കൊണ്ട് വെറുതെ ഏട്ടത്തിയെ സഹായിക്കാമല്ലോന്ന് കരുതി കായ മുറിച്ച കൊടുക്കുകയായിരുന്നു. രാമനാഥൻ നാഗവല്ലിയെ പാട്ട പാടി കൊണ്ട് മന്ത്രവാദ കളത്തിലേക്ക് കൊണ്ടുവരുന്ന കാര്യം പറഞ്ഞോണ്ടിരുന്നപ്പോൾ, അടുപ്പത്ത് കൂട്ടാൻ കഷ്ടം ഇളക്കി കൊണ്ടിരുന്ന ഏട്ടത്തിയുടെ കയ്യിൽ നിന്ന് ചിരട്ടക്കയിൽ

താഴെ വീണത് കഴുകാൻ വേണ്ടി അടുക്കളത്തിണ്ണയിലേക്ക് പോയ ഏട്ടത്തി കരഞ്ഞു കൊണ്ട് അടുക്കളപ്പടി കയറിയോട്ടന്നതാണ് കണ്ടത്. എന്താണെന്നറിയാതെ ഞാനും പുറകേയോടിയതാ. ഞങ്ങളോട്ടന്നതു കണ്ടപ്പം അമ്മ ചേച്ചീം എളയമ്മയും പുറകെയോടി. എന്റെ പെരുമാളെ വല്ല മൂർഖനെയും കണ്ടിട്ടാവും ന്റെ കുട്ടി പേടിച്ചതെന്ന് പറഞ്ഞ് ഓട്ടന്ന എളാച്ഛന്റെ കയ്യ് പിടിച്ച് പാമ്പല്ല എന്ന് ആക്ഷൻ കാട്ടി കൊണ്ട് ഏട്ടത്തി അടുക്കളത്തിണ്ണയിലേക്ക് കെതച്ച കൊണ്ട് കൈച്ചണ്ടി. എളച്ഛനെ പറഞ്ഞിട്ട് കാര്യല്ല, വലിയോരു നാല്വ കെട്ടിൽ പാമ്പി ല്ലെങ്കിലേ അതിശയമുള്ളൂ. ഒരു തവണ കലവറയിലെ ഭരണിയിൽ നിന്ന് കുനിഞ്ഞു കൊണ്ട് ചോറിനുള്ള അരി കിണ്ണത്തിലേക്ക് അളന്നി ട്ടുമ്പോൾ തലയിലെന്തോ തടവുന്ന പോലെ തോന്നിയ ഞാൻ മുകളി ലേക്ക് നോക്കിയതേ എനിക്കോർമ്മയുള്ള നിലവിളിച്ചോടിയത് കണ്ട് എളയമ്മ വന്നു നോക്കുമ്പോൾ വറുത്ത അരിപ്പൊട്ടിയും മറ്റും വയ്ക്കുന്ന കലവറയുടെ പകുതി തട്ടിൽ എലിയേ പിടിക്കാനോ മറ്റോ വന്ന വലിയ ചേര ചുരുങ്ങി കിടക്കുന്നതാണ് കണ്ടത്. മാത്രല്ല, എളയച്ഛൻ കുളിക്കാൻ വെള്ളം ചൂടാക്കാൻ വേണ്ടി കെട്ടി വയ്ക്കുന്ന ച്ചട്ടിൽ അതികവും വളവള പ്പൻ പാമ്പിനെ കാണാറുണ്ട്.

ഏട്ടത്തിയുടെ ആക്ഷൻ കണ്ടിട്ട് പാമ്പല്ലെന്ന് ഉറപ്പായി. പിന്നെന്താ യിരിക്കും, വല്ല പ്രേതവുമായിരിക്കുമോ സന്ധ്യ സമയവും പോരാത്തത് ചൊവ്വാഴ്ചയും. എത്രയോ കാരണവൻമാരെ കുടിയിരുത്തിയതറവാ ടാണ്. കളപ്പുരയ്ക്കൽതറവാടെന്ന് വച്ചാൽ പഴയ പ്രൗഢിയുള്ളതും വളരെ കേളികേട്ടതുമാണ്. എന്നിരുന്നാലും, സത്യത്തിൽ പൂജാമുറിയിലെല്ലാം ഒറ്റയ്ക്ക് വിളക്ക് കൊളുത്താൻ പോകുമ്പോൾ പേടി തോന്നാറുണ്ട്. പത്തു പതിനാല് മരപ്പലകകൾ അടുക്കി വച്ചിരിക്കുന്നത് കാണാം. മരിച്ച പോയ കാർണ്ണോൻമാരെയെല്ലാം അതിലാണത്രേ കുടിയിരുത്തിയി രിക്കുന്നത്. മാത്രല്ല കൊല്ലത്തിലും വാവു ദിവസം അവർക്കൊക്കെ അകത്തു കൊടുക്കും. അന്ന് അച്ഛന്റെ കുടുംബത്തിലെ എല്ലാവരും ഒത്തുകൂടും. അവിടെ എന്തോ ഒരു പ്രത്യേക ശക്തിയുണ്ടത്രേ, എന്തു കാര്യം സാധിക്കാനും പൂജ മുറിയിലെ ഭസ്മത്തട്ടിൽ ഒരു രൂപയിട്ട പ്രാർ ത്ഥിച്ചാൽ നടക്കും എന്ന് എളയമ്മ പറയുന്നത് കേട്ടിട്ടുണ്ട്. അത് സത്യ മാണെന്ന് എനിക്കും ഉറപ്പായ കാര്യമാണ്. സ്കൂളിൽ നിന്ന് മൈസൂരേക്ക് ട്ടൂറ് പോകാൻ അച്ഛനോട് ചോദിച്ചപ്പോൾ തറവാട്ടിൽ പിറന്ന പെൺ കുട്ട്യോൾക്ക് അതൊന്നും പറഞ്ഞതല്ല എന്ന ഒറ്റ വാക്കിൽ തന്നെ എന്നെ വിടില്ലെന്നുറപ്പായതായിരുന്നു. എന്റെ കൂട്ടുകാർ നാലുപേരും പോകുന്നതിനാലും, ടിപ്പു സുൽത്താന്റെ കോട്ടയേക്കുറിച്ചും മൈസൂർ

പാലസിനെക്കുറിച്ചുമെല്ലാം സൈന പോയപ്പോ പറഞ്ഞ കഥ കേട്ടന്ന് തുടങ്ങിയ മോഹമായിരുന്നു. അമ്മയും അമ്പിനും വില്ലിനും അടക്കുന്നി ല്ലെന്ന് കണ്ട് സങ്കടം എളയമ്മയോട്ട പറഞ്ഞപ്പോൾ എളയമ്മയാ പറഞ്ഞത് ഭസ്മത്തട്ടിൽ ഒരു രൂപയിട്ട് കരഞ്ഞ പ്രാർത്ഥിച്ചോളാൻ. അങ്ങനെ ഏട്ടന്റെ പോക്കറ്റിൽ നിന്നും ആരും കാണാതെ ഒരു രൂപയെ ടുത്ത് തട്ടിലിട്ട പ്രാർത്ഥിച്ചോണ്ട മാത്രാണ് അന്നെനിക്ക് മൈസൂരേക്ക് പോകാൻ സാധിച്ചത്. മാത്രല്ല ആ പൂജമുറിയുടെ വാതിലിന നേരെ ആരും കിടക്കാൻ പാടില്ലത്രേ. സോമേട്ടന്റെ കല്യാണത്തിന് കിടക്കാൻ സ്ഥലമില്ലാത്തയുകൊണ്ട് കുറേ ആണങ്ങൾ പൂമുഖത്ത് പായ വിരിച്ച് കിട ന്നപ്പോൾ പൂജാമുറിയുടെ നേരെ പായയിട്ട കിടന്ന മൂത്തച്ഛന്റെ മക്കൾ രണ്ടു പേരും നേരം വെളുത്തപ്പോൾ മുറ്റത്ത് പായയും ചുരുട്ടി പിടിച്ച് ഉറങ്ങുന്നതാണത്രേ രാവിലെ എഴുന്നേറ്റപ്പോൾ എല്ലാവരും കാണുന്നത്. സ്ത്രീകൾക്ക് തൊട്ടുകൂടായ്മയുള്ളപ്പോഴത്തെ കാര്യം പറയും വേണ്ട, വളരെ ചിട്ടയോടെ നടക്കണമത്രേ. സ്ത്രീകൾ അങ്ങനാവുന്ന ദിവസങ്ങൾ അട ക്കളത്തളത്തിനിപ്പറമുള്ള അതിനായി പ്രത്യേകം ഒരുക്കിയ മുറിയിൽ മാത്രമേ കിടക്കുകയുള്ളൂ. ആരെയും തൊടാനൊന്നും പാടില്ല. ഭക്ഷണം കൊടുക്കുന്ന പാത്രമെല്ലാം കഴിച്ച കഴിഞ്ഞ് കഴുകി കമഴ്ത്തി കൊടുക്കണ മെന്ന് നിർബന്ധമാണ്. പിന്നീടുള്ള നാല്യ ദിവസം തവിട്ട തെള്ളുക, ചല്യകെട്ടുക തുടങ്ങിയ പണികൾ മാത്രമേ ചെയ്യാൻ പാടുള്ള. മൂന്നിന്റെ ന്ന രാവിലെ ചാണകമെടുത്ത് മെഴുകി തളിച്ച്, പായയും പുതപ്പുമെല്ലാം എടുത്ത് പടിഞ്ഞാറേ നടയിലെ കുളത്തിൽ കൊണ്ടുപോയി അലക്കി കുളിച്ച് അലക്കിയതെല്ലാം കൈത്തണ്ടയിലിട്ട പിടിച്ച് കിണറ്റുകരയിൽ പോയി നിൽക്കും. ശേഷം അച്ഛമ്മയോ മറ്റ തീണ്ടലില്ലാത്ത ആരെല്ലം പോയി തലയില്ലൂടെ കിണറ്റിലെ വെള്ളം മുക്കി ഏഴ പ്രാവശ്യം ഒഴിക്കും ശേഷം തല തോർത്തി ഉടച്ച് ഉടുപ്പും മാറി വീട്ടിലേക്ക് വരണം. നാലാം നാളില്യം ഇതേ പോലെത്തന്നെ അടിച്ച തളിച്ച് അലക്കി കുളിച്ചതിനശേ ഷമേ വീട്ടിലേക്ക് കയറാൻ പാടുള്ള. ഇതൊന്നും അത്ര നിശ്ചയമല്ലാത്ത ലതേടത്തി കല്യാണം കഴിഞ്ഞ് വന്ന് ആദ്യായിട്ട് മാറി നിന്നപ്പോ, മൂന്ന് കുളിച്ച് അവരുടെ മുറിയിലേക്ക് പോകാൻ നോക്കിയപ്പോൾ, 'എങ്ങട്ടാ പോണത്. നാല്യ കുളി കൂടി കഴിഞ്ഞേ ഒരുമിച്ച് കിടക്കാൻ പറ്റള്ള' എന്ന് പറഞ്ഞ് അച്ഛമ്മ ആക്കിയൊരു ചിരി ചിരിച്ചപ്പോൾ നാണിച്ച് തലേം താഴ്ഴി ലതേടത്തി അടുക്കളപ്പറത്തേ മുറിലേക്ക് പോയ കഥ പറഞ്ഞ് ഇടയ്ക്കിടക്ക് പെണ്ണങ്ങളെല്ലാം ചിരിക്കാറുണ്ടത്രേ.

സന്ധ്യ കഴിഞ്ഞാൽ പെണ്ണങ്ങളൊന്നും മുറ്റത്തിറങ്ങുന്നത ശരിയല്ല ത്തതിനാൽ ഞങ്ങളാരും പുറത്തിറങ്ങാറില്ലായിരുന്നു. ചിട്ടകളെല്ലാം

തെറ്റിച്ചാൽ കാർണ്ണോൻമാർ കിണറ്റിൻകരയിൽ നിന്നും കാല്യകഴകി ചേതീമ്മല്ലൂടെ നടന്നു പോകുന്നതായും മുന്നിലെ മണി താനേ അടി ക്കുന്നതായും, ആരെയൊക്കെയോ വിളിക്കുന്നതായും മറ്റുമുള്ള അപശ ബ്ദങ്ങൾ കേൾക്കാറുണ്ടായിരുന്നു എന്നത് സത്യമായ കാര്യമാണ്. ഒരിക്കൽ അമ്മ അവിടെ വന്ന സമയത്ത് അമ്മയും എളയമ്മമാരും മൂത്തമ്മയുമെല്ലാം കൂടി പൂമുഖത്തിണ്ണയിലിരിന്നു കഥ പറഞ്ഞ് ഉറക്കെ ചിരിച്ചമ്പോൾ മുൻവശത്തെ ചാമ്പക്ക മരം ആരോ ശക്തിയായി കുല്യക്ക ന്നതു കണ്ട് എല്ലാവരും അകത്തേക്കോടിയത്രേ. പെണ്ണങ്ങൾക്ക കുറച്ച് അടക്കവും ഒതുക്കവുമാകാം എന്ന് പറഞ്ഞ് അച്ഛച്ഛൻ അവരെ കുറേ ചീത്ത പറഞ്ഞുവെന്ന് അമ്മ പറഞ്ഞ് കേട്ടിട്ടുണ്ട്. മാത്രല്ല. ഒരു തവണ ഞങ്ങൾ തറവാട്ടിൽ വിരുന്നെത്തിയതറിഞ്ഞ് തൊട്ടപ്പറത്തേ വീട്ടിലെ ചന്ദ്രമാമ അത്താഴം കഴിക്കാൻ അങ്ങോട്ടു ക്ഷണിച്ചു. അച്ഛൻ മാമന്റെട്ട ത്തേക്ക് നേരത്തെ പോയതിനാൽ സന്ധ്യയായപ്പോൾ തന്നെ ഞാൻ പോകാൻ തിട്ടക്കം കൂട്ടി. അമ്മയും എളാമ്മയും അച്ഛച്ഛന് പൊടിയരി കഞ്ഞി വച്ചു കൊടുത്തിട്ട് വരാം നീ മാളൂട്ടിനെയും കുഞ്ചുനെയും കൂട്ടി പൊയ്ക്കോ എന്ന് പറഞ്ഞതനുസരിച്ച് എളാമ്മ അവരെ കുളിപ്പിച്ച് ഷിമ്മീസും ഇട്ട കൊടുത്തതായി എനിക്കോർമ്മയുണ്ട്. അവർ ഷിമ്മിയുമി ട്ട് കിഴക്കേ നടകയറി അമ്പലത്തിന്റെ മുന്നില്ലൂടെ യുള്ള ഇടവഴിയില്ലൂടെ ഓടിയതിനു പിന്നാലെ ഞാനും ഓടി. അച്ഛനും ചന്ദ്രമാമയും മുന്നിലെ ഇരുട്ടി പടിയിലിരുന്ന് സംസാരിക്കുന്നതിനിടയിൽ "എവിടെ അമ്മയെ ല്ലാം നീയെന്തിനായി ത്രിസന്ധ്യയ്ക്ക് ഒറ്റയ്ക്കോടി വന്നത്" എന്ന് ചന്ദ്ര മാമ ചോദിച്ചപ്പോൾ, "ഞാനൊറ്റക്കല്ല ചെറിയ മാമ മാളൂട്ടിയും കുഞ്ചും എന്നെ കൂട്ടാതെ മുന്നിലോടിയപ്പം ഞാനും പുറകെയോടീതാ...." അത് കേട്ട് ചന്ദ്രമാമ "ലീലേ... കുട്ട്യോളാത്തുണ്ടോ? ഇത് ഭയങ്കര അതിശയം തന്നെയാണല്ലോ? നമ്മളീയുമ്മറപടീലിരുന്നിട്ട് അവരെ കണ്ടില്ലല്ലോ

"ന്ന് മാമ പറയുന്നത് കേട്ട് പുറത്തേക്ക് വന്ന ലീലമ്മായി "നിങ്ങളേത് കുട്ട്യോളെ കാര്യ പറയണത്. ഇവിടാരും വന്നിട്ടില്ലൂ, കുഞ്ചും മാളും ആണേല് അവരെ ഈ സന്ധ്യയ്ക്ക് ഒറ്റയ്ക്ക് വിടില്ലാന്ന് ഇങ്ങക്കറീലെ അവര് വല്ല്യോര് വരുമ്പം ഒന്നിച്ച വരൂം". ഏയ്, അവരോടിയതിന്റെ പുറകെയാണ് കുട്ട്യോടി വന്നിരിക്കണത്" എന്നും പറഞ്ഞ് മാമനും അച്ഛനും അവിടെല്ലാം നോക്കി. അപ്പോഴാണ് എളാമ്മയുടെയും അമ്മയു ടെയും കയ്യും പിടിച്ച് മാളൂട്ടിയും കുഞ്ചും വരുന്നത് കണ്ടത്. നടന്ന കാര്യം പറയണത് കേട്ട്, ഞാൻ കുട്ട്യോളെ രണ്ടാളെയും കുളിപ്പിച്ചോണ്ടിരിക്ക മ്പോൾ ഇവൾ ഒറ്റക്ക് ഓടുന്നത് കണ്ടിട്ട് കുട്ട്യോളെ വേഗം കുളിപ്പിച്ച് ഏട്ടത്തിയേയും കൂട്ടിയിങ്ങ് പോന്നതാന്ന് എളാമ്മ പറയുന്നത് കേട്ട്

സങ്കടം വന്ന ഞാൻ കരഞ്ഞു കൊണ്ട് "സത്യായിട്ടും ഞാൻ കള്ളം പറഞ്ഞതല്ല, വാ നമ്മക്ക് പോകാം എന്ന് പറഞ്ഞ് ഇവർ ഷിമ്മിയുമിട്ട് ഓടിയതിന്റെ പുറകെയാ ഞാനോടിത്". ഞാൻ പറഞ്ഞതിൽ കാര്യമ ണ്ടെന്ന് മനസ്സിലാക്കിയ അവർ ദേവീ... കാത്തോണേ, ഇത് ദേവീടെ കണ്ണ് വെട്ടിക്കൽ തന്നെയാണ്ന്ന് പറഞ്ഞ് എന്നെ പെട്ടന്ന് അകത്തു കൂട്ടി കൊണ്ടുപോയി ഉപ്പും മുളകും ഉഴിഞ്ഞിട്ടു. പിന്നീട് എന്നെ ഒരിക്കലും അച്ഛനുമമ്മയും ഇല്ലാതെ തറവാട്ടിലേക്ക് കൂടാൻ വിട്ടിട്ടില്ല. ഇതിപ്പോ, ലതേടത്തി ഗർഭിണിയായതിനാൽ വീട്ടിലേക്ക് ക്ഷണിച്ച് സൽക്കാരം നടത്തി അവർ തിരിച്ച വരുമ്പോൾ ഇവളെയും കൂടെ കൂട്ടട്ടെ, പത്താം ക്ലാസ്സിന്റെ റിസൾട്ട് വന്നാലല്ലേ ഇവൾക്കിനി പോകേണ്ടതുള്ള. അതിനാൽ ഞാനിവളെ കൊണ്ടു പോകുവാണെന്ന് പറഞ്ഞതുകൊണ്ട് മാത്രമാണ് പാതിമനസ്സോടെ അമ്മയെന്നെ വിട്ടത്. ഇനിയീ സംഭവം അറിഞ്ഞാൽ അമ്മ വല്ലാതെ പരിഭ്രമിക്കുമല്ലോ എന്നെല്ലാം ഓർത്ത് സങ്കടപ്പെട്ട് നില്ലുമ്പോഴാണ്, എളച്ചൻ പൊട്ടിച്ചിരിച്ചോണ്ട് എല്ലാ വരേയും അവിടേക്ക് വിളിച്ചത്. ഞങ്ങളെല്ലാം എളച്ചന്റെ ചിരികണ്ട തെല്ലൊരാശ്വാസത്തിൽ അങ്ങോട്ടോടി. അവിടെ മീൻ വാങ്ങിച്ച കറുത്ത പ്ലാസ്റ്റിക് കവറിൽ തലയിട്ട് രക്ഷപ്പെടാൻ ശ്രമിക്കുന്ന അമ്മിണിപ്പച്ചയെ ച്ചണ്ടികാണിച്ചോണ്ട് ഇവൾടെ പരാക്രമം കണ്ടിട്ടാണോ ന്റെ കുട്ട്യേ ഇങ്ങനെ പേടിച്ചോടിത്. എവിടേലും തട്ടി വീണിരുന്നേൽ എന്താ സംഭ വിക്യാന്ന് ഓർത്തോ നീയ്യ് എന്ന ചോദ്യം കേട്ട്, ഈയമ്മിണിപ്പച്ചേന്റെ ഓരോരോ ലീലാവിലാസങ്ങൾ, ഞാനൊരു കറുത്ത സാധനം വരുന്നത് കണ്ട് പേടിച്ച പോയി. എ ടി കള്ളി, നീയ്യീ കവറിനുള്ളിൽ തലയിട്ടമെന്ന് സ്വപ്നത്തിൽ പോലും ഞാൻ കരുതീല, പേടിപ്പിച്ച കളഞ്ഞു മനുഷ്യനെ, എന്ന് പറഞ്ഞ് ലതേടത്തി തലതാഴ്ത്തി നിന്നു.

ചക്കച്ചുള

"അല്ല, കുട്ട്യോളെ ഇങ്ങക്ക് വീട്ടിലൊന്നും പോവണ്ടേ? അഞ്ചുമണിയാകാറായി. ഇത്ങ്ങക്കൊന്നും ചോദിക്കാനും പറയാനും ആരുല്ലേ? കയറ്റൂരിയിങ്ങ് വിട്ടോളാം."കുഞ്ഞിവല്ല്യച്ഛന്റെ ചോദ്യവും മുറുമുറുപ്പമെല്ലാം കേട്ടപ്പോൾ, ഇനിയിവിടെ നിൽക്കുന്നത് അപകടമാണെന്ന് മനസ്സിലാക്കിയ ഞങ്ങൾ ചാടിപ്പിടിച്ചെഴുന്നേറ്റ് ഉട്ടപ്പെല്ലാം കുടഞ്ഞ്, ബാക്കിയുള്ള ചക്കച്ചുള വീതം വച്ച് അടുത്തുള്ള തേക്കിന്റെ ഇല പറിച്ച് അതിൽ പൊതിഞ്ഞ് ബാഗിൽ വച്ച് എല്ലാവരും നാല്യ ഭാഗത്തേക്ക് ചിന്നിചിതറിയോടി. വീട്ടിലെത്താൻ എനിക്കത്ര ദൂരമില്ലെങ്കിലും 'അവരെല്ലാം ഒരാറുമണിക്കെങ്കിലും വീട്ടിലെത്തിയാ മതിയായിരുന്നെന്ന് ഞാൻ പ്രാർത്ഥിച്ചു.

അന്ന് വാർഷിക പരീക്ഷ നടക്കുന്ന സമയമായിരുന്നു. രാവിലെ ഇംഗ്ലീഷ് പരീക്ഷയായതിനാൽ കാര്യമായിട്ടൊന്നും എഴുതാനുണ്ടാ യിരുന്നില്ല. പരീക്ഷ വേഗം എഴുതി പുറത്തു ചാടണമെന്ന വിള്ളവിന്റെ കർശന നിർദ്ദേശം ഞങ്ങളതേപടി അനുസരിച്ചു. ചോദ്യമൊന്നും കാര്യമായിട്ട് വായിക്കാനറിയുന്നില്ല, ഞങ്ങളെ പറഞ്ഞിട്ട് കാര്യമില്ല, ഇംഗ്ലീഷ് പുസ്തകം എടുത്ത് പഠിക്കാനിരുന്നാലപ്പോൾ ചൂരല്ും പിടിച്ച് നിൽക്കുന്ന വിശ്വനാഥൻ മാഷിന്റെ ആജാനബാഹു രൂപം മനസ്സിൽ തെളിയും. പിന്നെ പഠിക്കാനുള്ള മൂഡേ... പോകും.

ഞായാല്ും ഉത്തരങ്ങളൊന്നും തന്നെ കാര്യമായിട്ട് അറിയാത്തതിനാൽ ചോദ്യ നമ്പറിട്ട് ഓരോ ചോദ്യങ്ങളും തിരിച്ചും മറിച്ചും എഴുതി വച്ചു. ചോദ്യ നമ്പറിട്ടു വച്ചാൽ ഉത്തരം തെറ്റിയാല്ും അര മാർക്കെങ്കിലും ഇട്ടാലോ? മാത്രല്ല ഈ കൊല്ല പരീക്ഷ പേപ്പറൊന്നും ആരും നോക്കുല്ാന്ും പറയുണ കേട്ടിട്ടുണ്ട്. വാക്കുകൾ ഒന്നും തന്നെ കൂട്ടിവായിക്കാനറിയാ ത്തതു കൊണ്ട് തെറ്റാതെ വളരെ സൂഷ്മമായി നോക്കി പിടിച്ചെഴുതുന്നത്

കാണുമ്പോൾ ബി ക്ലാസ്സിലെ കുട്ടികൾ കുശുമ്പോടെ നോക്കുന്നതു കാണാൻ നല്ല ശേല! കാണുമ്പോൾ എല്ലാം അറിയാമെന്ന ഭാവത്തിൽ ഞാനൊട്ടും അഹങ്കാരമില്ലാതെ യിരുന്നെഴുതി എങ്ങനെയൊക്കെയോ പതിനൊന്നരയാക്കി. പേപ്പർ ഭദ്രമായി കെട്ടി ടീച്ചറിനെ ഏൽപ്പിച്ച് ഹാളിനു പുറത്തു ചാടി, ചുറ്റും നോക്കി. ഹാ, ഹാ കേമൻമാർ സ്കൂൾ മുറ്റ ത്തിന്റെ കോണിലെ അത്തിമര ചോട്ടിൽ അവർ നേരത്തെയെ സ്ഥാനം പിടിച്ചിട്ടുണ്ട്. വിജ്ഞവും കണ്ണനും അരുണും ഉമ്മുവും താജുവും ഭയങ്കര ഡിസ്ക്കഷൻ നടക്കുവ. ചോദ്യപേപ്പർ ചുരുട്ടി ഒരേറ വച്ച കൊടുത്തിട്ട് ബാഗ്ഗം തോളിലിട്ട് ഞാനൊറ്റയോട്ടത്തിന് അവരുടെ അടുത്തെത്തി.

"സമാധാനം ഉച്ച കഴിഞ്ഞ് പരീക്ഷയില്ല, നാളെയാണെൻല് കണക്കാ, അത് കണക്കാ പഠിച്ചിട്ടും ഒന്നും തലേ കേറാൻ പോണില്ല, എന്താ ഇന്നത്തെ പ്ലാൻ" എന്ന ഉമ്മുവിന്റെ ചോദ്യത്തിനുത്തരം മുട്ടിയപോലെ ഞങ്ങൾ ആലോചിച്ച നിന്നു. ഇന്നലെ കണ്ണന്റെ വീട്ടിലെ പേരക്ക മരത്തീന്ന് അരുണ് വീണതും കണ്ണന്റെ ഉപ്പാപ്പ ചീത്ത പറഞ്ഞതും പോലെ ഇന്നാവണ്ടായെന്ന കരുതി ഞാൻ പറഞ്ഞു, ഇന്ന് നമ്മക്ക് എന്റെ കുഞ്ഞി വല്ല്യച്ഛന്റെ വീട്ടിൽ പോകാമെന്ന്".

അങ്ങനെ അച്ഛന്റെ കടയിൽ നിന്നും അച്ഛൻ കാണാതെ ഭരണി യുറന്ന് കുറച്ച് പാരീസ് മുട്ടായിയുമെടുത്ത് കഴിച്ച കൊണ്ട് ഞങ്ങൾ വല്ല്യച്ഛന്റെ വീട്ടിലെത്തി. "വല്ല്യച്ഛന്റെ കാര്യം ഞാനെപ്പഴും ഇവരോട പറയുമ്പോൾ കുഞ്ഞി വല്ല്യച്ഛനെ കാണണം, കാണണം എന്ന് ഇവരെപ്പഴും പറയും. അതുകൊണ്ട് ഇന്ന് ഉച്ച കഴിഞ്ഞ് പരീക്ഷയില്ലാത്തോണ്ട് വല്ല്യച്ഛനെ കാണിക്കാൻ കൂട്ടികൊണ്ടോന്നതാ ഇവരെ". എന്റെ നമ്പർ ഫലിച്ച തോണ്ടാണെന്ന തോന്ന, മൂപ്പര് തിണ്ടമ്മലെ ഒട്ടുച്ചറ്റി നാരങ്ങ പറിച്ച് പഞ്ചസാരയിട്ട് വെള്ളം കലക്കി തന്നു. അതും കുടിച്ച് മെല്ലെ പറമ്പ് കാണാനാണെന്നും പറഞ്ഞ് സ്ഥലം വിട്ടു. മുന്നിൽ കണ്ട ഗോമാങ്ങ മരത്തിൽ കയറി ഉമ്മു മാങ്ങ പറിക്കമ്പോഴേക്കും, ഞാനും താജുവും വല്ല്യച്ഛൻ കാണാതെ അടുക്കള വാതിൽ യുറന്ന് പിച്ചാത്തിയും ഉപ്പും മുളകുപൊടിയും ഒരു പ്ലെയ്റ്റിലിട്ട് എടുത്ത് അങ്ങോട്ടോടി. മാവിന്റെ ചോട്ടിലിരുന്ന് മാങ്ങ കുനുകുനാന്നരിഞ്ഞ് മുളകും ഉപ്പൊടിയും കൂട്ടി കഴച്ച് ഓരോ തമാശകൾ പറഞ്ഞതെല്ലാം അകത്താക്കി. അപ്പോഴാണ് നല്ല മൂത്ത ഒരു ചക്ക ഞങ്ങളടെ കണ്ണിൽ പെട്ടത്. വേഗം തന്നെ ഞാനും വിജ്ഞവും കൂടി വീടിന്റെ പിന്നാമ്പുറത്തുള്ള ഇരയത്ത് കയറിട്ട് കെട്ടിവച്ചി രിക്കുന്ന നീണ്ട മുളയുമെടുത്ത് പ്ലാവിന്റെ ചോട്ടിലേക്ക് പോയി. വല്ല്യച്ഛൻ തേങ്ങ പറിക്കാൻ എളപ്പത്തിന വേണ്ടി മുളയുടെ അറ്റത്ത് കത്തികെട്ടി വച്ചിരുന്നത്ഞങ്ങൾക്ക് ചക്ക പറിക്കാൻ ഈസിയായയല്ലോന്ന് പറഞ്ഞ്

വിജ്ജു ചക്ക പറിക്കാൻ മുളപൊക്കി ചക്കയിൽ നോക്കി ഒരൊറ്റ കുത്ത് കൊടുത്തതും ഉണങ്ങി കിടന്നിരുന്ന മുള രണ്ടായി പൊട്ടി പോയി. വല്ല്യച്ഛനറിഞ്ഞാൽ ചീത്ത പറയുമെന്ന് നൂറുശതമാനവും ഉറപ്പുള്ള തിനാൽ എന്ത് ചെയ്യണമെന്നറിയാതെ ഞാൻ അന്തം വിട്ട കുന്തം വിഴുങ്ങിയ പോൽ നിന്നു. ഞങ്ങൾ ചക്ക പറിക്കുന്നത് കണ്ട് താഴെ വീട്ടിലെ പോളച്ചൻ ഒരു ചക്ക എനിക്കും തരുമോ എന്ന് ചോദിച്ചതു കേട്ട ഉശാറിൽ വിജ്ജു നീളമുള്ള മുള കക്ഷണമെടുത്ത് വീണ്ടും വീണ്ടും കുത്താൻ തുടങ്ങി. പരാജയം വിജയത്തിലേക്കുള്ള ചവിട്ടുപടിയാണെന്ന് വിശ്വസിച്ച വിജ്ജു വളരെ ഊർജ്ജസ്വലതയോടെ ചക്കയിടൽ ആരംഭിച്ചു. ഭാഗ്യമെന്ന് പറയട്ടെ അവന്റെ ആഞ്ഞു കുത്തലിനിടയിൽ ഒന്നല്ല മൂന്ന ചക്കകൾ വീണു. ഭാഗ്യം അവന്റെ തലയിലേക്ക് ഒറ്റയൊരെണ്ണവും വീണില്ല. അഥവാ ആ ചക്കയിലൊരെണ്ണമെങ്ങാനും അവന്റെ തലയിൽ വീണിരുന്നേൽ ഭാവിയിലെ അവന്റെ ഇന്ത്യയിലെ അറിയപ്പെടുന്ന ശാസ്ത്രജ്ഞനായി മാറണമെന്ന ആഗ്രഹം പൂവണിയാതെ പോകുമാ യിരുന്നു.

മുളയുടെ തുമ്പിൽ കെട്ടിയിരുന്ന ചാക്കത്തിയുപയോഗിച്ച് ഉമ്മുവും താജ്ജുവും ഒരു വിധം ചക്ക ചെറിയ ചെറിയ ചെത്തുകളാക്കിയെടുത്തു. ഞാനും വിജ്ജുവും അപ്പോഴേക്കും തേക്കിന്റെയില പറച്ച് പറമ്പിൽ നിരത്തി അതിൽ ചക്ക ചുള പറിച്ചിട്ടു. പരീക്ഷയ്ക്കിടയിൽ ഡാഷ് ട്ടീച്ചറും ഡാഷ് മാഷും തമ്മിലുള്ള പ്രേമനാടകങ്ങളെക്കുറിച്ചെല്ലാം പറഞ്ഞ് ചിരിപ്പിച്ച് കൗശലക്കാരനായ കണ്ണനും അരുണും ഞങ്ങൾ പറിച്ചിട്ട ന്ന ചുളകളെല്ലാം തിന്നുകയല്ലാതെ, കയ്യിൽ വെളഞ്ഞിയാകുന്നതിന് മടിച്ച് ഒരൊറ്റ ചുള പോലും അവർ പറിച്ചിട്ടില്ല. അതിന് ദേഷ്യം വന്ന ഉമ്മു ഇങ്ങനെ തിന്നു തീർക്കെല്ലെടാന്നു പറഞ്ഞ് കയ്യ് വീശിയതും, കുനിഞ്ഞിരുന്ന് ചക്ക പൊളിക്കുന്ന പാവം താജ്ജന്റെ തോളത്ത് അവളുടെ കയ്യിലെ കത്തി കൊണ്ടു. ചെറുതായി ചോര കിനിഞ്ഞതു കണ്ട് പേടിച്ച വിജ്ജു ഓടിച്ചെന്ന് തൊട്ടാവാടി പറിച്ച് നന്നായി കയ്യി ലിട്ട് തിരുമ്മി തോളത്ത് വച്ച കൊടുത്തു. ഞങ്ങളാകെ ബേജാറുപിടി ച്ച് നിൽക്കുമ്പോഴാണ് വല്യച്ഛന്റെ ചീത്ത പറയല് കേൾക്കുന്നത്. അഞ്ചുമണിയാകാറായെന്ന് പറയുന്നത് കേട്ട് ഉള്ളതിലും ബേജാറായ ഞങ്ങൾ പറിച്ച ചുളയെല്ലാം അഞ്ചാക്കി വീതം വച്ച് അവരഞ്ചുപേരും തേക്കിന്റെയിലയിൽ പൊതിഞ്ഞ് പുസ്തകസഞ്ചിയിലിട്ടു. പരീക്ഷയാ യതിനാൽ സഞ്ചിയെടുക്കാതെ വന്ന വിജ്ജുവിന്റെ ചുളയും കണ്ണന്റെ സഞ്ചിയിലിട്ടു. അവരുടെ രണ്ട പേരുടെയും വീടടുത്തായതിനാൽ വീട്ടി ലെത്താനാവുമ്പം എടുക്കാമെന്ന് കരുതിയ പാവം വിജ്ജുവിനാണേൽ

അതു കിട്ടിയുമില്ല. ഉച്ച കഴിഞ്ഞ് പരീക്ഷയില്ലാത്ത കാര്യം ഞങ്ങളുടെ വീട്ടുകാർക്കറിയില്ലാത്തതിനാൽ കാര്യമായ പ്രശ്നമൊന്നുമുണ്ടായില്ല. പക്ഷേ, ഞങ്ങളുടെ റ്റീച്ചറ തന്നെയായ വിജ്ജുവിന്റെ അമ്മ വീട്ടിലെത്തി യിട്ടും വിജ്ജുവിനെ കാണാഞ്ഞ് തിരഞ്ഞിറങ്ങിയ അവന്റെ അച്ഛന്റെ കയ്യിൽ നിന്നും ചന്തിക്ക നല്ല പെട കിട്ടിയതിനാൽ തനിക്കും അടി കിട്ടുമെന്ന് ഭയന്ന കണ്ണൻ അവന്റെ ചക്ക അവന് കൊടുക്കാതെ ഓടി രക്ഷപ്പെട്ടു. അല്പം ഡീസന്റായ വിജ്ജുവാണെൽ പറിച്ചിട്ടപ്പോൾ പോലും കഴിക്കാതെ, കഷ്ടപ്പെട്ടു പറിച്ചിട്ട ചക്ക കഴിക്കാൻ പറ്റാത്ത വിഷമ ത്തിൽ അടിയും ശകാരവുമൊക്കെ സഹിച്ച്, തെറ്റ ചെയ്ത ശിക്ഷയുടെ ഭാഗമായി അവന് ഒരു തുള്ളി വെള്ളം പോലും കിട്ടാതെ അത്താഴ പട്ടിണി കിടന്നുറങ്ങുമ്പോഴും കയ്യിലായ വെളഞ്ഞി കാരണം കൈ രണ്ടും കൂപ്പി പിടിച്ച് കിടന്നുറങ്ങി, കണ്ണൻ നാളെ തന്റെ ഓരി ചക്ക കൊണ്ട തരും എന്ന പ്രതീക്ഷയോടെ.

പിറ്റേന്ന് രാവിലെ കുളിക്കാൻ എണ്ണ തേക്കുമ്പോൾ അവന്റെ അമ്മ കാണാതെ എണ്ണയിട്ട് വിളഞ്ഞിയെല്ലാം കളഞ്ഞ് കുളിച്ച് അവൻ സ്ക ളിലെത്തി.

ഞാനും താജും ഉമ്മും എത്തി തലേ ദിവസം വീട്ടിൽ നടന്ന ആറാ ട്ടിനെക്കുറിച്ച് പറയുമ്പോഴേക്കും ചക്കയിടാനുള്ള ധൃതിയിൽ പുസ്തക സഞ്ചിയുമായി ഓടികെതച്ചെത്തിയ വിജ്ജുവിനോട് കാര്യമന്വേഷിച്ച പ്പോഴാണ് നടന്ന കദന കഥകളെല്ലാം ഞങ്ങളറിയുന്നത്. ഞായാലും പ്രതീക്ഷയോടെ ഞങ്ങൾ കണ്ണനെയും കാത്തുനിന്ന. പരീക്ഷയ്ക്ക് ബെല്ലടിക്കാനായ ബേജാറിൽ ഞങ്ങൾ സ്കൂളിന്റെ തിണ്ടമ്മലേക്കോടി റോഡിലേക്ക് നോക്കി. ഭാഗ്യത്തിന് സൈക്കിൾ ടയറുമുരട്ടി വരുന്ന കണ്ണനെ കണ്ട ഞങ്ങൾ കണ്ണനോടോടി വരാൻ പറഞ്ഞു. പുതിയ വല്ല പദ്ധതിയും ഒത്ത വന്ന പ്രതീക്ഷയിൽ ഓടിയെത്തിയ കണ്ണന്റെ സഞ്ചി പരിശോധിച്ച ഞങ്ങൾക്ക് കരച്ചിൽ വന്ന അവനെ തല്ലികൊല്ലാനുള്ള ദേഷ്യത്തിലുറക്കേ ചോദിച്ച, "എവിടെടാ... വിജ്ജുവിന്റെ ചക്ക". ഒരു കുറ്റവാളിയെ പോലെ അവൻ തലതാഴ്ത്തിയിട്ട് പറഞ്ഞു. "അത് മുഴുവനുമമ്മ പുഴുങ്ങി കളഞ്ഞ്, നേരം വൈകിയേന് തല്ല് കിട്ടാതിരിക്കാൻ ഞാമ്പോ ഗം സഞ്ചിയിലെ ചക്ക ചൊളയെടുത്ത് ഉമ്മാക്ക് കൊടുത്ത്". ഒന്നും മിണ്ടാതെ, നിരാശയോടെ വിജ്ജു പരീക്ഷ ഹോളിലേക്ക് കയറി. പുറകെ ഞങ്ങളും.

'ദ സൺ ഷൈൻ ഇയേഴ്സ്'

ചുവന്ന നെറ്റിന്റെ ഇണിയിൽ നിറയെ തിളക്കമുള്ള കല്ല് പിടിപ്പിച്ച സാരിയുടുത്ത്, കൈകൾ നിറയെ സ്വർണ്ണ കളർ വളകളിട്ട്, നല്ല വീതിയുള്ള പാലക്ക മാലയും മുല്ലമൊട്ടമാലയുമെല്ലാം അണിഞ്ഞ്, ലെദറിന്റെ ചെരുപ്പമിട്ട്, ഉമ്മുവിന്റെ ഉപ്പ ദുബായിൽ നിന്ന് വരുമ്പോൾ അവൾക്ക് കൊണ്ടുവന്ന ഭംഗിയുള്ള ചെരുപ്പാണ്. സ്റ്റേജിൽ കയറുമ്പോൾ മാത്രം ഇട്ടാൽ മതി, ഒപ്പന കഴിഞ്ഞ ഉടനെ തിരിച്ച കൊടുക്കണമെന്ന കണ്ടീഷനിലാണ് അവളാ ചെരുപ്പൊന്നിടാൻ തന്നത്. കറുത്ത തയഞ്ഞ ഹവായ് ചെരുപ്പ മാത്രം കണ്ടിരുന്ന എന്റെ വെളുത്ത ഉടുത്ത കാലുകൾ ആകെ കൂടി ഒന്ന് തിളങ്ങുന്നുണ്ടായിരുന്നു. ഞങ്ങളുടെ കൂട്ടത്തിൽ അത്യാ വശ്യം വലിപ്പവും പക്വതയുമുള്ള ആയിഷയുടെ നിർദ്ദേശപ്രകാരമാണ് മണവാട്ടിയായ എന്നെ ഒരുക്കുന്നത്. മുടിയെല്ലാം ചീകിയൊതുക്കി സാരിത്തുമ്പ് തലയിലിട്ട് കല്ല് പതിപ്പിച്ച ബോർഡർ നല്ലണം കാണത്ത ക്ക രീതിയിൽ നെറ്റിയ്ക്ക മുകളിലായി സ്റ്റൈൽഡ് കുത്തിവച്ച. ഒരുക്കമെല്ലാം കഴിഞ്ഞ് സ്റ്റേജിന്റെ പിന്നാമ്പുറത്തേക്ക് എന്നെ കൊണ്ടിരുത്തി.

എന്റെ ഭംഗി കണ്ടിട്ടാണോ അതോ മണവാട്ടിയെ ഒരുക്കിയ പോരായ്മ കണ്ടെത്താനാണോഎന്നറിയില്ല കുട്ടികളെല്ലാം എന്റെ ചുറ്റം കൂടി. ഉമ്മുവും കമറുവും അല്പം ഗൗരവത്തിലായതിനാൽ തന്നെ അവരെയെ ല്ലാം ഓടിച്ച വിട്ടു. കമറുവിന്റെ ഇക്കാക്കാന്റെ ഭാര്യയുടെ സാരിയായി രുന്നു എനിക്കുടുക്കാൻ തന്നത്. അതിലുള്ള തിളങ്ങുന്ന കല്ലുകളെല്ലാം തിക്കും തിരക്കും കൂട്ടുന്നതിനിടയിൽ പറച്ച കളയുമോ എന്ന ഭയം കൊണ്ടാണെന്നു തോന്നുന്നു "ഇവിടെയാരും നിക്കണ്ട, സ്റ്റേജമ്മന്ന് കണ്ടാ മതീന്ന് പറഞ്ഞ് അവരെയെല്ലാം വീണ്ടും ഓടിച്ച വിട്ടു.

കുറച്ച് സമയത്തിനുള്ളിൽ തന്നെ കളിക്കാരെല്ലാം എത്തി. പരി പാടിയുടെ അനൗൺസ്മെന്റ് നടത്തുന്നത് ശ്രീകൃഷ്ണൻ മാഷായിരുന്നു.

ഞങ്ങളുടെ ചെസ്റ്റ് നമ്പർ '3' ആയിരുന്നു. സാറിന്റെ മൈക്കിലൂടെ ഗാംഭീര്യമുള്ള അനൗൺസ്മെന്റ് കേട്ട് എന്നെ എല്ലാവരും കൂടി സ്റ്റേജി ലേക്ക് വലിച്ച കയറ്റി. കയറ്റുന്നതിനിടയിൽ കുത്തി കൂട്ടിയ ഏതെല്ലാമോ പിന്നുകളെല്ലാം അഴിഞ്ഞ് സാരിയാകെ നാശകോശമായി. ഞാനറിഞ്ഞു കൊണ്ടല്ലാത്ത തെറ്റിനാണെങ്കിലും അഴിഞ്ഞ സാരി ഒരു വിതം പാവാ ടയ്ക്കുള്ളിൽ കുത്തിക്കയറ്റുന്നതിനിടയിൽ ഉമ്മുവിന്റെ കയ്യിൽ നിന്നു കിട്ടുന്ന നുള്ളെല്ലാം മിണ്ടാതെ സഹിച്ച കൊണ്ട് നിന്നു. കാരണം ഞങ്ങളുടെ യെല്ലോ ഹൗസിൽ എത്രയോ കുട്ടികളുണ്ടായിട്ടാണീ ഒപ്പനയിൽ മണവാട്ടിയാകാൻ അവസരം കിട്ടിയത് അല്ല എന്റെയത്ര ഭംഗി മറ്റ കുട്ടികൾക്കില്ലാത്തതു കൊണ്ടാണല്ലോ എന്ന അഹങ്കാരമൊന്നും ഞാനൊരിക്കലും കാണിച്ചിട്ടില്ലാട്ടോ. ഭാഗ്യത്തിന് അന്നത്തെ കാലത്ത് മണവാട്ടി സ്റ്റേജിന്റെ നടുക്ക് കസേരയിൽ നാണിച്ച തലതാഴ്ത്തിയിരി ക്കുക മാത്രമായത് എന്റെയൊരു മഹാഭാഗ്യം തന്നെയെന്നും വേണം കണക്കുകൂട്ടാൻ.

കാച്ചി മുണ്ടുടുത്ത് ബാക്കി ആറു പേരും ഇരുവശങ്ങളിലായി നിന്ന് ഭംഗിയായി ഒപ്പന കളിച്ചതു കൊണ്ടാണോ അതോ അന്നത്തെ ഫെയ്മസ് പാട്ടായ മർഹാബ മങ്കഖദീജ മണവാട്ടി ചമഞ്ഞിതാ വന്നേ... എന്ന മനോഹരമായ പാട്ടുകേട്ടിട്ടാണോ എന്നറിയില്ല മുന്നിലിരിക്കുന്ന ജഡ്ജസടക്കം കുട്ടികളും അമ്മമാരും എല്ലാം എഴുന്നേറ്റ നിന്ന് കയ്യടിച്ചു. പക്ഷേ ഞങ്ങൾ കളിക്കുന്നതിലേതെങ്കിലും സ്റ്റെപ്പുകൾ തെറ്റുന്നുണ്ടോ യെന്ന് നോക്കാനായി സ്റ്റേജിന്റെ മുന്നിൽ തന്നെ ചമ്രം പടിഞ്ഞിരുന്ന ബിന്ദുവും മുംതാസും മാത്രം കയ്യടിച്ചില്ല എന്ന മാത്രമല്ല റെഡ്ഹൗസിലാ യിരുന്ന അവർ തമ്മിൽ പരസ്പരം നോക്കി ചിറി കോട്ടുന്നുണ്ടായിരുന്നു.

സ്കൂൾതല കലോത്സവത്തിന്റെ അവസാന ഇനമായ ഒപ്പന കഴിഞ്ഞ തോടെ സ്റ്റേജിൽ അടുത്ത പരിപാടി സമ്മാനദാന ചടങ്ങായിരുന്നു.

'ദ സൺ ഷൈൻ ഇയേഴ്സ് ഓഫ് മൈ ലൈഫ്' എന്ന വേണം പറയാൻ എല്ലാ വർഷത്തേയും പോലെ അക്കൊല്ലവും ഞാൻ സർട്ടിഫിക്കറ്റുകൾ വാരിക്കൂട്ടി. കഥാ പ്രസംഗം, കവിത, മാപ്പിളപ്പാട്ട്. സിങ്കിൾ ഡാൻസ് എന്നിവയെക്കെല്ലാം ഒന്നാമതായതിനാൽ കലാതിലകപട്ടവും, 'അമ്മയുടെ വയറ്റിൽ ഇഡ്ഡലി' എന്ന കോമഡി നാടകത്തിലെ മറിയ ക്കുട്ടിയുടെ വേഷം അഭിനയിച്ചതിന് ബെസ്റ്റ് ആക്ടർ പദവിയും ലഭിച്ചു. കൂടാതെ ഗ്രൂപ്പയിറ്റമായ സംഘ ഗാനം, ഒപ്പന എന്നിവയ്ക്കും ഒന്നാമ തായതിനാൽ അതിനും ലഭിച്ച സർട്ടിഫിക്കറ്റുകൾ. മൂന്ന് വർഷത്തെ ഹൈസ്കൂൾ ജീവിതത്തിൽ ഏറ്റവും സന്തോഷിച്ച വർഷമായിരുന്നു അത്.

ഈ വർഷവും വാരിക്കൂട്ടിയല്ലേ? എന്ന കുര്യാക്കോസ് മാഷിന്റെ സ്നേ
ഹത്തോടെ തലോടി കൊണ്ടുള്ള പറച്ചിലും കൂടിയായപ്പോൾ ഞാൻ
എന്നെ തന്നെ മറന്നുപോയ ഒരു നിമിഷമായിരുന്നു അത്.

www.ingramcontent.com/pod-product-compliance
Lightning Source LLC
LaVergne TN
LVHW041746190726
843493LV00008B/2474